आपल्या स्नेहीजनांना पुस्तके भेट द्या

अश्रु आणि हास्य

मानवी स्वभाव आणि मानवी जीवनाचा विविधरंगी आविष्कार.

वि. स. खांडेकर

मेहता पब्लिशिंग हाऊस

ASHRU ANI HASYA by V. S. KHANDEKAR

अश्रु आणि हास्य : वि. स. खांडेकर / कथासंग्रह

© सुरक्षित

मराठी पुस्तक प्रकाशनाचे हक्क मेहता पब्लिशिंग हाऊस, पुणे.

प्रकाशक : सुनील अनिल मेहता, मेहता पब्लिशिंग हाऊस,
१९४१, सदाशिव पेठ, माडीवाले कॉलनी, पुणे - ४११०३०.

मुखपृष्ठ : बाळ ठाकूर

प्रकाशनकाल : १९४१ / ऑगस्ट, १९९५ / जानेवारी, २००५ /
फेब्रुवारी, २००९ / नोव्हेंबर, २०१३ /
पुनर्मुद्रण : ऑक्टोबर, २०१६

P Book ISBN 9788177665246

E Book ISBN 9788184989632

E Books available on : play.google.com/store/books
www.amazon.in/b?node=15513892031

माझे विद्यार्थी
नारायण भाटवडेकर
व
गजानन तांडेल
यांच्या सेवाशीलतेस

दोन शब्द

৩৫

१९२५ साली मी कथालेखनाला प्रारंभ केला. तेव्हापासून पुढे बारा-तेरा वर्षे, शाळेच्या धबडग्यातून जशी सवड मिळेल, तशा मी गोष्टी लिहीत असे. सामान्यत: एका पुस्तकाला पुरतील एवढ्या गोष्टी मासिकांतून प्रकाशित झाल्या की, कुणी ना कुणी प्रकाशक त्यांचा संग्रह प्रसिद्ध करी. त्यामुळे माझ्या पहिल्या सात-आठ कथासंग्रहांत पूर्वनियोजनामुळे निर्माण होणारा नीटनेटकेपणा येऊ शकला नाही. बिन्हाड हलविताना गाडीत मिळेल ते सामान आपण भरीत असतो. फार फार तर काचेचे सामान थोडे जपून ठेवतो. या संग्रहांची स्थिती जवळजवळ तशीच झाली होती. बऱ्यावाईट, लेखकाच्या आवडत्या-नावडत्या, वाचकांनी डोक्यावर घेतलेल्या आणि त्यांनी लाथाडलेल्या अशा सर्व कथा घाईघाईने एकत्रित केल्यामुळे या संग्रहांना रेखीव अथवा वैशिष्ट्यपूर्ण स्वरूप येऊ शकले नाही ही गोष्ट माझ्या मनाला बरेच दिवस बोचत राहिली होती. म्हणून हे पहिले संग्रह आवृत्तीला आले, तेव्हा त्यांचे जसेच्या तसे पुनर्मुद्रण करायचे नाही असे मी ठरविले. या सर्व संग्रहांतल्या आपल्या नावडत्या कथा वगळून आणि उरलेल्या गोष्टींची विशिष्ट पद्धतीने जुळणी करून त्या वाचकांच्या हाती दिल्या, तर त्यांना त्या अधिक आवडतील असे मला वाटू लागले. त्याप्रमाणे चार वर्षांपूर्वी 'कालची स्वप्ने' व 'आजची स्वप्ने' हे संग्रह मी सादर केले. आज ते नव्या आवृत्तीच्या दारात उभे आहेत. त्या दोन संग्रहांनंतर सुमारे दीड वर्षांपूर्वी 'चंदेरी स्वप्ने' हा अशाच रीतीने तयार केलेला तिसरा कथासंग्रह मी वाचकांच्या पुढे ठेवला. आज 'अश्रु आणि हास्य' हा त्याच पद्धतीचा चौथा संग्रह मी त्यांच्या सेवेला घेऊन येत आहे.

या संग्रहातल्या तेरा गोष्टी चाळताना माझ्या मनात विविध विचारतरंग निर्माण होत आहेत. या बहुतेक गोष्टी मी शिरोड्याला असताना लिहिल्या असल्यामुळे त्या वाचताना, कालोदरात लुप्त झालेले माझे पंधरा-वीस वर्षांपूर्वीचे जीवनच जणूकाही माझ्या डोळ्यांपुढे मूर्तिमंत उभे राहत आहे. त्या चिमुकल्या खेडेगावातला सुंदर

निसर्ग, माझ्या कथांचे कळत नकळत स्फूर्तिस्थान होणारी तिथली आंबटगोड माणसे, अनेक स्वादिष्ट व खारटतुरट घटना, इतकेच नव्हे तर आज ज्याच्याकडे मी तटस्थपणाने, किंबहुना कठोर टीकाकाराच्या दृष्टीने पाहू शकतो असा त्यावेळचा कथाकार खांडेकर, या सर्वांविषयीच्या आठवणी माझ्या या विचारतरंगांबरोबर अंतर्मनातून वर येत आहेत. पण त्यांच्याविषयी विस्तार न करता सर्वसामान्य वाचकाच्या दृष्टीनेच या कथांकडे पाहण्याचा मी थोडासा प्रयत्न करणार आहे.

या संग्रहातील 'मुके प्रेम' ही पहिलीच गोष्ट घ्या. १९४१ साली प्रो. मा. का. देशपांडे यांनी माझ्या वाङ्मयावर लिहिलेल्या पुस्तकात 'ऑमॉनिएच्या Little White Frock प्रमाणे करुणरसाला हास्याची खुलावट देऊन लिहिलेल्या खांडेकरांच्या 'मुके प्रेम', 'रिकामा शिंपला', 'एक क्षण', 'मृगजळातले कमळ', 'लपविलेले अश्रु' इत्यादी कथा कोणत्याही राष्ट्राच्या कथावाङ्मयाला भूषणभूत वाटाव्या अशाच निरुपम सुंदर आहेत' असे एक विधान केले आहे. ते कितपत सत्य आहे हे मी सांगू शकत नाही. उद्या प्रो. देशपांड्यांपेक्षा स्वत:ला अधिक विद्वान मानणारा दुसरा एखादा टीकाकार, या गोष्टी भिकार आहेत असे लीलेने सिद्ध करील! मात्र प्रो. देशपांड्यांच्या या विधानाने मला त्यावेळी मोठ्या संकटात घातले. अनेकांनी पत्राद्वारे अगर समक्ष 'मुके प्रेम' ही गोष्ट तुम्ही कशी लिहिली?' 'रिकामा शिंपला' तुम्हाला कुठे सापडला?' 'मृगजळातले कमळ' तुम्हाला केव्हा दिसले?' अशा अर्थाचे काहीतरी प्रश्न विचारून मला अगदी भंडावून सोडले. एकादोघांनी 'ऑमॉनिए' या लेखकाची माहितीही मला विचारली. दारिद्र्याप्रमाणे आपले अज्ञान लपविण्याची इच्छा ही मनुष्यमात्रात नेहमीच प्रबळ असते. त्यामुळे 'ऑमॉनिए'विषयी काही इकडल्या तिकडल्या थापा मारून पृच्छकांची तोंडे बंद करावीत अशी कल्पना माझ्या मनात एकदा येऊन गेली. पण थापा मारणे ही मोठी अवघड कला आहे! ही कला हा राजकारणी पुरुषाच्या तळहाताचा मळ असला, तरी साहित्यिकाला तो मानेवरला धोंडाच वाटतो. हे लक्षात घेऊन मी त्या भानगडीत पडलो नाही. मी बहुतेकांना लिहिले, 'ऑमॉनिए या लेखकासंबंधाने मलाही तुमच्याइतकीच माहिती आहे. 'Little White Frock' हे लघुकथेचे नाव मोठे छान आहे, हे मी कबूल करतो. ती वाचायची माझी फार इच्छा आहे. लवकरच मी या कथालेखकाचा संग्रह पैदा करणार आहे. तो वाचून कदाचित 'मुके प्रेम' किंवा 'लपविलेले अश्रू' यापेक्षा अधिक चांगल्या गोष्टी मला लिहिता येतील; पण सध्या याबाबतीत मी तुम्हाला अधिक काही सांगू शकत नाही.'

हा संग्रह चाळताना 'मुके प्रेम' या कथेच्या निर्मितीविषयी मी विचार करू लागलो, तेव्हा हे सारे मला आठवले. त्या कथेची जडणघडण कशी झाली हे

मनात येऊन माझे मलाच मोठे नवल वाटले.

'दत्तक व इतर गोष्टी' या माझ्या संग्रहात तीन-चार नव्या गोष्टी घालायच्या होत्या. म्हणून शाळेच्या नित्यचक्रातून चार दिवसांची मोठ्या मुश्किलीने सवड काढून मी बसलो व 'कागदी फुले', 'मुकटा आणि फॅन्सी पातळ' इत्यादी त्या संग्रहातल्या शेवटच्या गोष्टी भराभर लिहून काढल्या. 'मुके प्रेम' या कथांच्या आधी लिहिली गेली होती. याचा अर्थ या कथांची बीजे लिहिण्याच्या आधी थोडे दिवस माझ्या मनात पडली होती असा मात्र नाही. बोटात एखादे कुसळ जावे आणि तिथे ते अगदी सूक्ष्मपणाने सलत रहावे, तशी अनेक कथाबीजे त्या काळात माझ्या मनाला नेहमी रुखरुख आणि हुरहुर लावीत. सायंकाळी समुद्रतीरावर सूर्याचा सुवर्णकलश पाण्यात बुडत असलेला पाहताना, पहाटे फिरायला गेल्यावर वायुलहरींबरोबर तरंगत येणारा पारिजातकाचा मंदमधुर सुगंध मनाला निराळाच उल्हास प्राप्त करून देत असताना, अंतर्मनात दूर लोटून दिलेल्या असल्या अनेक कथाकल्पना झर्रकन वर येत. पण एखाद्या माशाने पाण्याच्या पृष्ठभागाशी चपळाईने यावे आणि पुन्हा तेवढ्याच चपलतेने पाण्यात अदृश्य व्हावे, तशी त्यांची स्थिती होई. अंथरुणावर पडल्या पडल्या अनेकदा मी असली कथाबीजे अंकुरित करण्याचा खेळ खेळत असे. पण आपल्या कल्पनासृष्टीत जे चकाकत आहे ते सोने आहे की, तो केवळ वरवर मोहक दिसणारा मुलामा आहे हे माझे मलाच काही केल्या ठरविता येत नसे!

विशेषत: 'मुके प्रेम' या गोष्टीच्या लेखनाविषयी तर मला कितीतरी दिवस भीती वाटत होती. सतरा वर्षांपूर्वीची गोष्ट आहे ती! एका लहानशा गावातला एक पोस्टाचा शिपाई या गोष्टीचा नायक आहे. कथांतले नायक कमीत कमी बॅरिस्टर किंवा एफ.आर.सी.एस. झालेले डॉक्टर असले पाहिजेत असा आमच्या ललितवाङ्मयात त्या काळी अलिखित नियमच होता म्हणानात! प्रसंगी एवढी विद्वत्ता पदरी नसली, तरी कुठल्याही कथेच्या नायकाने सुंदर व संपन्न असायला लेखक आणि वाचक यांच्यापैकी कुणाचीच हरकत नसे. अशा स्थितीत एखाद्या पोस्टाच्या शिपायाला नायक करणे लोकांना कितपत रुचेल याविषयी मी फार साशंक होतो. शर्यतीच्या मैदानावर मोठमोठी देखणी घोडी फुरफुरत असताना त्यांच्या जोडीला एखाद्या टांगेवाल्याने आपले तट्टू नेऊन उभे करावे, तसा काहीतरी या कथेचा प्रकार होईल असे वाटून मी ती त्यावेळच्या कुठल्याही प्रमुख मासिकाकरिता लिहिण्याचा विचारसुद्धा मनात आणला नाही.

मात्र राहून राहून हे कथाबीज माझ्या मनाला अस्वस्थ करून सोडी. माझ्या या हुरहुरीचे त्यावेळी मला हसू येई. आता मात्र तिचे मर्म मला कळू शकते. त्या अस्वस्थतेचा जन्म एखाद्या प्रक्षुब्ध करून सोडणाऱ्या सामाजिक अन्यायाच्या पोटी नव्हता हे खरे आहे; पण सामाजिक जाणिवेइतकीच कथाकाराच्या विकासाला

आवश्यक अशी दुसरी एक गोष्ट असते. ती म्हणजे, जीवनातल्या अगदी लहान-सहान अनुभूतींकडे सुद्धा कवीच्या सूक्ष्म व संवेदनशील दृष्टीने पाहणे ही होय. लघुकथाकार हा अंतर्यामी कवीच असतो, ही कल्पना त्या काळात मला सुस्पष्ट रीतीने प्रचीत झाली नव्हती. त्यामुळे या कथेच्या सौंदर्याकडे तत्कालीन प्रचलित दृष्टिकोनातून मी पाहत होतो. त्यावेळच्या लोकप्रिय गोष्टींची कसोटी मी हिला लावीत होतो. त्या जमान्यातल्या कथांपेक्षा हिचे स्वरूप भिन्न असल्यामुळे ती लिहावी की नाही अशी शंका राहून राहून माझ्या मनात येई, याचे कारण हेच होते.

शेवटी ती लिहिल्यावाचून राहवेना, म्हणून एके दिवशी मी बैठक घातली आणि मनातली सारी अस्वस्थता कागदांवर उतरवून काढली. त्या अस्वस्थतेला कथादृष्ट्या इतके व्यवस्थित रूप कसे आले ते सांगणे अवघड आहे. किंबहुना या गोष्टीची घडण कशी होत गेली याचे मी मनाशी पृथक्करण करू लागलो. म्हणजे कला ही आपल्याला वाटते त्यापेक्षा अधिक गूढ अशी गोष्ट आहे. जन्म, प्रीती, मृत्यू इत्यादिकांशीच तिचे साम्य आहे असे मला वाटू लागते. या गोष्टीतला पोस्टाचा शिपाई सत्यसृष्टीतला आहे. पण त्याच्याविषयी मला जी सहानुभूती वाटू लागली, तिचे कारण त्याच्या बायकोचा अकाली घडून आलेला मृत्यू हे मुळीच नाही. त्याच्या सुदैवाने ती बिचारी हयात होती. तिला चांगली चार-पाच मुलेही झाली होती. ती सारी लेकरे धडधाकट होती. गोष्टीतला मुका मुलगा अगदी दुसरीकडून, फार लांबून, परजातीतून आला आहे. माझा आणि त्या शिपायाचा परिचय झाला तो शाळेत येणाऱ्या त्याच्या दोन मुलांवरून! त्यांच्या नादारीसाठी किंवा अशाच दुसऱ्या काही मदतीकरिता तो माझ्याकडे येई. अशावेळी त्याच्या शब्दांपेक्षा त्याचे डोळे मला अधिक बोलके वाटत. त्या डोळ्यांकडे पाहिले म्हणजे माझे मन सकाळपासून संध्याकाळपर्यंत वणवण फिरणाऱ्या त्या साध्या, सरळ, प्रामाणिक, पण दरिद्री जिवाबरोबर गावभर भ्रमू लागे. त्याच्याविषयीच्या या आत्मीयतेतूनच या कथेचा प्रारंभ झाला.

मात्र गोष्टीतल्या पोस्टमनची बायको मी यमसदनाला पाठविली ती अगदी निराळ्या कारणामुळे! माझ्या मित्रमंडळींतच नव्हे, तर साधारणपणे मला परिचित असलेल्या लोकांतसुद्धा कुणाचीही बायको त्यावेळी मेली नव्हती. रघुवंशातला अजविलापाचा सर्ग मी इंग्रजी सातवीत असल्यापासून माझा फार आवडता होता. पण आमची शाळा या वेळी पाचच यत्ता शिकवित असल्यामुळे तो शिकविण्याचा प्रसंग माझ्यावर अनेक वर्षांत आला नव्हता. ही घटना सुचायला असे लहान-मोठे कोणतेही बाह्य कारण त्यावेळी घडले नव्हते हे खरे आहे. पण ही गोष्ट लिहिण्यापूर्वी वर्ष-दीड वर्ष आधी माझी पत्नी बरीच आजारी होती. डॉक्टरांना तिच्या प्रकृतीविषयी तशी फारशी भीती वाटत नव्हती. पण एका अनाहूत ज्योतिषीबुवांनी 'तुम्हाला

दुसऱ्या लग्नाचा योग आहे' असे छातीवर हात ठेवून मला सांगितले असल्यामुळे माझी छाती दडपून गेली होती! अनेक दिवस तिच्या मृत्यूच्या कल्पनेने मी बेचैन होऊन गेलो होतो. माणसाच्या प्रकृतीच्या बाबतीत ज्योतिषापेक्षा वैद्य अधिक विश्वासार्ह मानला पाहिजे हे मला कळत नव्हते असे नाही. पण जेव्हा जेव्हा मानवी मतीच्या आणि शक्तीच्या पलीकडचे असे काहीतरी गूढ मनुष्यापुढे दत्त म्हणून उभे राहते, तेव्हा तेव्हा तो बुद्धीची कास सोडून अंधश्रद्ध होतो हेच खरे! फलज्योतिषावर विश्वास नसूनही मी त्यावेळी पत्नीचा मृत्यू निश्चित मानून चाललो होतो. त्या मृत्यूने होणारी मनाची तगमग अनुभवीत होतो. त्या काल्पनिक दुःखाची तीव्रता माझ्या मनामध्ये मध्यंतरी कुठे लपून बसली होती कुणाला ठाऊक! पण 'मुके प्रेम' या कथेचे बीज माझ्या मनात पडताच ती उफाळून वर आली. कथेतला नायक जयराम याची बायको नुकतीच वारली आहे, तिच्या मृत्यूच्या आघाताने सुन्न झालेले त्याचे मन अजून भानावर आलेले नाही, मधल्या एक महिन्याच्या रजेनंतर तो पुन्हा आपल्या कामावर रुजू होत आहे इत्यादी गोष्टी जणूकाही माझ्या डोळ्यांसमोरच घडत आहेत असे मला त्या क्षणी वाटले.

या गोष्टीतला मुका मुलगाही फार महत्त्वाचा आहे. असा एक मुलगा मी वर्षानुवर्ष पाहत आलो होतो. त्या दुर्दैवी जिवाच्या सुखदुःखाचे निरीक्षण अगदी जवळून करण्याची संधी मला मिळाली होती. त्याचे चित्रण करण्याची इच्छा माझ्या मनात वारंवार प्रबळ होई. त्याच्याभोवती कथानके उभारण्याचा चाळा माझ्या मनाने अनेकदा केला होता. पण एखादे कथानक कृत्रिम वाटावे, दुसरे दुबळे दिसावे, असे होऊन त्या मुक्या जिवाचे दुःख माझ्या मनात तसेच साचून राहिले होते. 'मुके प्रेम' या कथेच्या विकासाची क्रिया सुरू होताच अंधारात लखकन चमकणाऱ्या विजेप्रमाणे तो मुका मुलगा माझ्या डोळ्यांपुढे उभा राहिला. आपल्या कथेच्या पूर्णतेला आणि परिणामकारकतेला आवश्यक असलेला धागा मिळाला अशी माझी खात्री झाली.

सामाजिक दुःख, काल्पनिक दुःख आणि जीवनविषयक दुःख असे या कथेतल्या तीन धाग्यांचे तीन भिन्न उगम आहेत. पण हे तीन धागे मला नकळत एकत्रित आले- एकरूप झाले. ते मुद्दाम हाती घेऊन मी गोष्ट रचायला बसलो असतो, तर सध्याइतकी ती स्वाभाविक झाली असती असे मला वाटत नाही. 'न खलु बहिरूपाधीन् प्रीतय: संश्रयन्ते' असे प्रीतीसंबंधाने एका महाकवीने म्हटले आहे. कलेसंबंधानेही तसेच म्हणता येईल. कुठल्याही कलाकृतीचे काटेकोरपणाने पृथक्करण केले, तरी तिच्यातल्या विविध घटकांना एकरूप करणारी, आपल्या दिव्य स्पर्शाने त्यांना नवे, सुंदर रूप देणारी संयोजक शक्ती केव्हा व कशी निर्माण होते हे सांगणे काही सोपे नाही. कथालेखकाच्या भोवताली त्याच्या कलेला लागणारा कच्चा माल नेहमीच पसरलेला असतो. पण विरळतेने अनुभवाला

येणाऱ्या मनाच्या तरल अवस्थेत त्याची सौंदर्यदृष्टी पूर्णपणे जागृत होते, संवेदनक्षमता पुष्पपरागाहूनही कोमल बनते आणि मग त्याच्या कलेच्या वेलीवर नवी कळी हसू लागते.

'मुकटा आणि फॅन्सी पातळ' ह्या या संग्रहातल्या शेवटच्या गोष्टीचा इतिहास थोडासा निराळा आहे. ही गोष्ट मी १९३४ मध्ये लिहिली. त्यावेळी आपल्याकडे ओ. हेन्री या अमेरिकन कथालेखकाचा बोलबाला जोरात सुरू होता. विशेषत: फडक्यांनी 'प्रतिभासाधना'त Gift of Magi (नाताळातील भेट) या त्याच्या लोकप्रिय कथेचा अनुवाद करून उत्कृष्ट लघुकथेचा नमुना असा तिचा गौरव केला होता. मराठी लघुकथा त्यावेळी रचनेचे व तंत्राचे नवे नवे प्रयोग करून पाहत होती. त्यामुळे इतर गाजलेल्या परदेशी लेखकांप्रमाणे ओ. हेन्रीचीही अस्पष्ट छाया त्यावेळच्या अनेक लघुकथांवर पडली आहे. 'मुकटा आणि फॅन्सी पातळ' ही माझी गोष्ट त्याच्याच पद्धतीची आहे. मात्र त्यावेळी Gift of Magi (नाताळातील भेट) ही ओ. हेन्रीची उत्कृष्ट कथा आहे असे मानण्यात येत असले, तरी 'The Best of O' Henry' हे पुस्तक वाचू लागल्यावर प्रचलित वाङ्मयीन मते किती निराधार असतात याचा मी पुन्हा एकदा तीव्रतेने अनुभव घेतला. 'The Cop and the Anthem' (पोलीसदादा आणि प्रार्थनागीत) ही ओ. हेन्रीची कथा 'The Gift of Magi' पेक्षा नि:संशय अधिक वास्तव, हृदयस्पर्शी व जीवनदर्शी आहे.

'नाताळातील भेट' या गोष्टीमध्ये सुंदर चमत्कृती आहे यात शंका नाही, पण ती चमत्कृती जीवनरसाने नाहून निघालेली नाही. या कथेत पतिपत्नींचे एकमेकांवरले उत्कट प्रेम दर्शविण्याकरिता ओ. हेन्रीने एक क्लृप्तिप्रधान कथानक रचले आहे. या प्रेमळ जोडप्यातल्या नवऱ्याच्या घड्याळाला छडा नसतो आणि बायकोला आपला लांबलचक केशकलाप विंचरायला हव्याहव्याशा वाटणाऱ्या फण्या नसतात. एकमेकाला न कळविता ती दोघेही आपल्यापाशी असलेल्या वस्तू विकतात आणि आपल्या प्रेमाच्या माणसाला पाहिजे असलेल्या गोष्टी घेऊन घरी येतात. नवरा घड्याळ विकून बायकोला आवडणाऱ्या फण्या आणतो. बायको आपला घनदाट मोहक केशसंभार विकून नवऱ्याच्या घड्याळासाठी छडा पैदा करते. घरात छडा येतो; पण बिचारे घड्याळ आधीच घरातून नाहीसे झालेले असते! गृहिणीला फार दिवस हव्याहव्याशा वाटणाऱ्या फण्या टेबलावर हसू लागतात. पण त्या फण्यांनी विंचरायचे तिचे आकर्षक केसच आता जाग्यावर नसतात.

एखाद्या जादूगाराच्या प्रयोगाने प्रेक्षक जसे चकित होऊन जातात, तसा वाचक या चमत्कृतीने विस्मित होतो. पण त्याला झालेल्या आनंदाचे आपण पृथक्करण करू लागलो, तर त्यात बुद्धीला होणाऱ्या गुदगुल्यांचा अंश अधिक आहे असे दिसून येईल. ही गोष्ट पतिपत्नींच्या प्रेमाची असूनही भावनेच्या आवाहनाचा,

जीवनाच्या सखोलपणाचा, सुखदु:खांच्या सूक्ष्मतेचा भाग तिच्यात फार कमी आहे. एखाद्या टोलेबाज खेळाडूने क्रीडांगणावर यावे आणि भराभर चार-दोन चमकदार फटकारे मारून बाद होऊन निघून जावे, तसा भास ही गोष्ट वाचताना होतो. तासन् तास धिमेपणाने खेळत राहणाऱ्या आणि क्रीडांगणाच्या सर्व बाजूंना सहजतेने चेंडू टोलविणाऱ्या खेळाडूचे कौशल्य नुसती टोलेबाजी करण्यात कधीच नसते. 'नाताळची भेट' या गोष्टीत नेमका हाच दोष आहे. आपण ती पुन:पुन्हा वाचू लागलो, तर त्यातली चमत्कृती फिक्की वाटू लागते. खऱ्या सरस कथेमध्ये मनाला चिरंतन हुरहुर लावण्याचा जो गुण असतो तोही तिच्यात आढळत नाही. ही गोष्ट सर्वोत्कृष्ट मानण्याचा मराठीत प्रघात पडल्यामुळे ओ. हेन्रीच्या लेखनपद्धतीचा मराठी कथेच्या विकासाला जेवढा उपयोग व्हायला हवा होता तेवढा झाला नाही. चमत्कृती किंवा गोष्टीच्या शेवटची मजेदार कलाटणी हाच त्याच्या कथांचा मुख्य गुण आहे असे मानण्याचा आपल्याकडे जो प्रघात पडला आहे, त्याचे मूळ या 'नाताळच्या भेटी'तच आहे. मला मात्र खरा ओ. हेन्री 'The Cop and the Anthem' (पोलीसदादा आणि प्रार्थनागीत) सारख्या कथांतच दिसतो. तो आवडतो, अधिक प्रभावीही वाटतो. याच्या या कथेची नुसती रूपरेषा पाहिली तरीसुद्धा 'नाताळातली भेट' या गोष्टीपेक्षा तिच्यात काहीतरी अधिक आहे, मोहक चमत्कृतीबरोबर दाहक अनुभूतीही तिच्यात आहे अशी कुणाचीही खात्री होईल.

सोपी नावाच्या बेकार मनुष्याची गोष्ट आहे ही! हिवाळ्यात कुठेतरी उघड्यावर कुडकुडत पडण्यापेक्षा तीन-चार महिन्यांची बिनभाड्याच्या घराची व्यवस्था करून घेणे बरे, असे त्याच्या मनात येते. सध्याच्या काळात भाड्याच्या घरापेक्षा बिनभाड्याचे घर मिळविणे सोपे आहे असे त्याला वाटते. या सार्वजनिक घराकडे जाण्याच्या अनेक वाटा असतात. त्या कुणीही रोखून धरीत नाही. या वाटांपैकी सर्वांत सोपा असा मार्ग सोपी पसंत करतो. अतिशय उंची खाद्यपेये विकणाऱ्या एका रेस्टॉरंटमध्ये जायचे, आवडीच्या सर्व पदार्थांवर यथेच्छ ताव मारायचा आणि मग शेवटी बिल द्यायच्या वेळी खाका वर करायच्या असे तो ठरवितो. साहजिकच रेस्टॉरंटचा मालक आपल्याला पोलिसांच्या हवाली करील आणि मग पुढचे सगळे काम पोलीसदादा पाहून घेतील, त्याच्याशी आपल्याला काही कर्तव्य नाही, अशी त्याची समजूत असते.

हे मनोराज्य करीत सोपीची स्वारी एका बड्या रेस्टॉरंटमध्ये पाऊल टाकते. पण त्याची फाटकी विजार आणि तुटके बूट पाहून तिथला मुख्य परिचारक धक्के मारून त्याला दारातूनच हाकलून देतो. बिचारा सोपी निराश होऊन रस्त्यावर येतो. त्याची दृष्टी काचांच्या तावदानांतून चमकणाऱ्या एका दुकानातल्या सुंदर वस्तूंकडे जाते. सोपी एक दगड घेतो आणि त्या तावदानावर भिरकावतो. लोक भराभर गोळा

होतात. पोलीसही येतो. तो आपल्याला केव्हा पकडतो याची वाट पाहत खिशात हात घालून एखाद्या स्थितप्रज्ञाप्रमाणे सोपी उभा असतो. पण कुणीच त्याचा संशय घेत नाही. आपणच हे काम केले असे पोलिसाला सांगण्याचा तो प्रयत्न करतो. पण पोलिसाचा त्याच्यावर विश्वास बसत नाही. गुन्हा करणारी माणसे गुन्ह्याच्या जागी कायद्याच्या प्रतिनिधीची वाट पाहत कधीच उभी राहत नाहीत हे त्याला पक्के ठाऊक असते. इतक्यात दूर अंतरावर वाहन पकडण्याकरिता धावत असलेला एक मनुष्य त्या पोलिसाला दिसतो. दुकानाच्या काचा फोडून पळत सुटलेला गुन्हेगार इसम तोच असावा असे त्याला वाटते. त्याला पकडण्यासाठी पोलीसदादा धावू लागतात. सोपी आपल्या दुर्दैवाला दोष देत कपाळावर हात मारून घेतो.

नंतर तो एका साध्या हॉटेलामध्ये जातो, पोटभर खातो आणि तिथल्या परिचारकाला पोलिसाला घेऊन येण्याविषयी नम्र विनंती करतो. पण ही त्याची न्याय्य मागणी कुणीच मान्य करीत नाही. तिथली मंडळी कायदा आपल्याच हाती घेतात आणि खाल्लेले लवकरच जिरेल अशी व्यवस्था करून सोपीला रस्त्यावर ढकलून देतात.

आता काय करायचे, हा त्याच्यापुढे प्रश्न पडतो. याच वेळी रस्त्याने जात असलेली एक मध्यम वयाची गंभीर चेहऱ्याची बाई त्याला दिसते. सोपी तिच्याकडे पाहून डोळे मिचकावतो, एकदम खोकू लागतो, फिदीफिदी हसतो, तिचा विनयभंग व्हावा म्हणून जे जे करणे शक्य असेल ते ते सर्व तो बेछूटपणाने करतो. ती बाई आता पोलिसाला हाक मारील आणि बिनभाड्याच्या घरात जायचे आपले सुखस्वप्न क्षणार्धात खरे ठरेल असे सोपीला वाटू लागते. पण ती बाई त्याच्याजवळ येते आणि हळूच म्हणते,

'मी मघाशीच तुझ्याशी बोलणार होते रे! पण तो पोलीस डोळे वटारून पाहत होता ना!' लगेच त्याचा हात हातात घेऊन ती म्हणते, 'चल मला फार भूक लागलीय. आधी थोडं खाऊन घेऊ या आणि मग...'

पुढच्याच कोपऱ्यावर या नव्या अनाहूत प्रेमाला गुंगारा देऊन सोपी धावत सुटतो! आता पोलिसांनी आपल्याला पकडावे म्हणून तो दुसरी एक युक्ती डोके खाजवून शोधून काढतो. आपल्याला दारू चढली आहे असे सोंग करून तो रस्त्याच्या बाजूला नाचू लागतो, आरडाओरड करतो, दंगामस्ती आरंभतो. पण काही केल्या त्याला कोणी पकडत नाही. कुठल्या तरी समारंभाचा तो दिवस असल्यामुळे रस्त्यावरून थोडी-फार हुल्लड करीत जाणाऱ्या माणसांना पकडू नये असा हुकूम पोलिसांना त्या दिवशी मिळालेला असतो.

हताश होऊन सोपी पुढे सरकतो. एका दुकानाच्या दाराशी त्याला एक रेशमी छत्री दिसते. तो ती उचलतो आणि ती घेऊन सावकाश चालू लागतो. दुकानात

बसलेला मनुष्य ओरडतो,

"ए... ए माझी छत्री आहे ती!"

सोपी शांतपणे उत्तरतो,

"ही तुझी छत्री आहे ना? मग ती मी चोरून घेऊन चाललो आहे. चल ऊठ, पोलिसांना हाक मार आणि मला त्याच्या हवाली कर!"

तो मनुष्य सोपीजवळ येऊन म्हणतो,

"हे पाहा दोस्त, पुष्कळ वेळा वस्तूंची अशी नकळत अदलाबदल होते. आपली छत्री म्हणून मी ही सकाळी एका दुकानातून उचलली. आता ती तुमची आहे असे तुम्ही म्हणत असाल! नाही कुणी म्हणावं? तुमच्यासारखा सद्गृहस्थ य:कश्चित छत्रीसाठी खोटं कशाला बोलेल? ती तुमची आहे तर खुशाल घेऊन चला!"

बेकार सोपीचे बिनभाड्याच्या घरात प्रवेश करून घेण्याचे सर्व प्रयत्न अशा रीतीने विफल होतात.

शेवटी तो भटकत भटकत एका शांत जागी येतो. तिथे एक जुने धर्ममंदिर असते. रात्र बरीच झाल्यामुळे माथ्यावर चंद्र प्रकाशत असतो. वाहने आणि पादचारी लोक यांची या बाजूला मुळीच वर्दळ नसते. वळचणीला पेंगुळलेल्या पाकोळ्या मात्र चुळबुळत असतात. धर्ममंदिरात प्रार्थनागीत सुरू होते. सोपीला बाळपणापासून परिचित असलेले गीत असते ते. त्या गीताच्या सुराबरोबर त्याचे मन लहानपणीच्या यक्षभूमीत जाते. वात्सल्य, प्रीती, शांती इत्यादिकांच्या आठवणींनी ते भरून येते. त्याचा आत्मा जागृत होतो. आपला केवढा मोठा अध:पात झाला आहे याची त्याला जाणीव होते. आपले हे दीनवाणे, लाजिरवाणे जिणे, साप कात टाकतो त्याप्रमाणे अलगद दूर करावे आणि पुन्हा मनुष्य म्हणून जगावे, माणुसकीचा विझू लागलेला आपल्यातला स्फुलिंग फुलविण्याकरिता धडपडावे अशी तीव्र इच्छा त्याच्या मनात निर्माण होते.

त्या प्रार्थनागीताच्या सुरांनी त्याच्या मनात जणूकाही क्रांती घडून येते. त्याच्या आत्म्याची बधिरता लोप पावते. तो मनात निश्चय करतो,

'यापुढे क्षणभरसुद्धा हे लाजिरवाणे जिणे जगायचे नाही. उद्या कुठेतरी दूर जायचे, काम मिळवायचे, मिळेल ते काम करायचे. एका लोकरीच्या व्यापाऱ्याने आपल्याला ड्रायव्हरची जागा द्यायचे कबूल केले होते. त्याच्याकडे आधी जायचे. प्रामाणिकपणे जगायचे. बेकारीमुळे भावनांना जी बधिरता येते ती काही केल्या येऊ द्यायची नाही.'

या क्षणी तो पूर्णपणे नवा मनुष्य होतो. पण तो या पुनर्जन्माच्या नव्या सुखकारक तंद्रीत असतानाच कुणीतरी त्याचा दंड धरून त्याला हलवू लागते.

सोपी मागे वळून पाहतो.

तो एक पोलीस अधिकारी असतो.

''काय करतोयस रे तू इथं?'' तो विचारतो.

''काही नाही.'' सोपी उत्तरतो.

तो अधिकारी म्हणतो,

''चल तर माझ्याबरोबर; तुझ्यासारख्या भटक्या लोकांमुळेच शहरात गुन्ह्यांची संख्या दिवसेंदिवस वाढत चालली आहे.''

या गोष्टीत नुसती चमत्कृती नाही. तिच्यात आपल्या आजकालच्या सामाजिक जीवनावर हसत-खेळत केलेली विदारक टीका आहे, काळजाला बारीक चिमटे घेणारा कारुण्यपूर्ण उपरोध आहे. चार्ली चॅपलिनच्या चित्रपटांत हास्य व करुण या बाह्यत: विरोधी वाटणाऱ्या रसांचे जे विलक्षण, पण हृदयस्पर्शी चित्रण दिसते, तेच इथेही अस्पष्टपणे का होईना, आपल्या अनुभवाला येते. चमत्कृतीच्या जोडीला इथे जीवनाची अनुभूती आहे, मनुष्याचे खरेखुरे दर्शन आहे.

'मुकटा आणि फॅन्सी पातळ' ही गोष्ट लिहिताना मला केवळ चमत्कृतिप्रधान गोष्ट लिहायची नव्हती. मनाला चाटून गेलेले जीवनातले एक सत्य सांगण्याची धडपड तिच्यात आहे. एका लोककथेतल्या बीजाचा काल्पनिक विस्तार करून 'कवडा पोर' या गोष्टीत या अनुभूतीची एक बाजू मी १९२९ साली मांडली होती. तिची दुसरी बाजूही चित्रित करावी अशी टोचणी मला वारंवार लागे. अशा रीतीने प्रत्यक्ष लेखनापूर्वी पाच वर्षे या कथेचे बीज माझ्या मनात पडले होते. या अवधीत ओ. हेन्री मला वाचायला मिळाला. ही गोष्ट मांडताना त्याच्या तंत्राचा पगडा माझ्या मनावर होता यात मुळीच संशय नाही. मात्र ते तंत्र वापरतानाही 'पोलीसदादा आणि प्रार्थनागीत' ही गोष्टच प्रामुख्याने माझ्या मनात घोळत होती.

पत्नीप्रेम व मातृप्रेम या दोन्ही पुरुषाच्या जीवनातल्या मंगल शक्ती आहेत, त्यांच्या प्रेरणेनेच तो पराक्रमी होतो, त्यांच्या सावलीतच त्याला खरे सुख मिळते वगैरे कल्पना कुटुंबसंस्थेविषयी सश्रद्ध असलेल्या मध्यमवर्गातल्या मनुष्याला मोठ्या मोहक वाटतात. ही गोष्ट लिहीत असताना मीही त्याच स्वप्नसृष्टीत वावरत होतो. पण संसाराचे खरेखुरे अनुभव येऊ लागल्यावर माझा हा स्वप्नाळूपणा हळूहळू लोप पावू लागला. 'सुखाचा शोध' या कादंबरीत या स्वप्नभंगाचे ओझरते प्रतिबिंब पडले आहे. 'मुका मार' या सात-आठ वर्षांपूर्वी संकल्पिलेल्या कादंबरीत माझ्या उद्ध्वस्त झालेल्या या स्वप्नसृष्टीचे अधिक स्पष्ट दर्शन वाचकांना होऊ शकले असते. पण ती कादंबरी माझ्या हातून लिहून झाली नाही. मात्र 'मुकटा आणि फॅन्सी पातळ'सारख्या भावनापूर्ण गोष्टी वाचताना आपल्याला गुदगुल्या होत असल्या, जीवन म्हणजे फुलबागेत मजेने सहल करणे होय हा त्यांच्यामुळे निर्माण होणारा

गोड भास सर्वांना सुखकारक वाटत असला, तरी तो आभासच आहे, या आभासाने मध्यमवर्गाच्या प्रगतीचा मार्ग रोखून धरलेला आहे ही जाणीव अलीकडे माझ्या मनाला नित्य टोचीत असते. कौटुंबिक भावनांचे रबरी फुगे फुगविण्याइतके स्वास्थ्य या वर्गाला एकेकाळी होते. त्यावेळी त्या फुग्यांच्या विविध रंगांचे आणि आकारांचे कौतुक करण्यात तो दंग झाला यात अस्वाभाविक असे काहीच नाही. पण गेल्या दहा-पंधरा वर्षांत जगात जी भयंकर वादळे झाली, त्यांनी हे फुगे कुठल्या कुठे उडवून नेले आहेत, ते फोडून त्यांचा चोळामोळा करून सोडला आहे. आता हे सुरकतलेले आणि फुटलेले फुगे फुंकीत बसण्याचा उद्योग शुद्ध वेडेपणाचा ठरेल! अशा स्थितीत 'मुकटा आणि फॅन्सी पातळ' या गोष्टीवर कुणी भावनाविवशतेचा आरोप केला, तर त्याचा मी मुळीच इन्कार करणार नाही. मात्र मी त्या टीकाकाराला हळूच विचारीन,

'तुम्ही माझी 'कढीभात' ही गोष्ट वाचली आहे का?'

'माया', 'पूजास्थान', 'जुना कोट', 'शिकार' आणि 'देव कुठं आहे?' या गोष्टींचा उगम भोवतालच्या सामाजिक विषमतेच्या दृश्यांनी लहानपणापासून व्याकूळ होऊन जाणाऱ्या माझ्या मनात आहे. मात्र प्रत्येक गोष्टीची घडण त्या त्या कथाबीजाने माझ्यापुढे निर्माण केलेल्या समस्येने आणि त्याहीपेक्षा कथा-लेखनाच्या वेळात आंतरिक संघर्षाने घडविली आहे. असल्या दोन कथांच्या विषयांत बाह्यत: साम्य भासले, तरी त्यांचा विकास त्या त्या वेळच्या लेखकाच्या अंत:सृष्टीतल्या घडामोडींवर अवलंबून असतो. तसे पाहिले तर 'जुना कोट'ची कथावस्तू समाजातल्या भीषण दारिद्र्याचे हृदयविदारक स्वरूप दिग्दर्शित करायला उपयोगी पडेल अशी आहे. या कथेतली मध्यवर्ती घटना सर्वस्वी सत्य आहे. मी मदत म्हणून दिलेल्या जुन्या कोटाच्या खिशातला रुपया परत आणून देणारा तो उंचेला उजळ ख्रिश्चन मुलगा राहून राहून मला आठवतो. दुर्दैवाने आज तो हयात नाही. कोट मागायला आल्यावेळचे त्याचे ते भेदरलेल्या सशासारखे दीनवाणे डोळे आणि कोटाच्या खिशात सापडलेला रुपया परत करताना त्या नेहमीच्या दीन दृष्टीत संचारलेले सात्विक अभिमानाचे तेज ही दोन्ही माझ्या डोळ्यांपुढे अद्यापिही अनेकदा प्रकट होतात. विशेषत: त्या मुलापेक्षा हजारो पटींनी सुस्थितीत असलेली लहानमोठी माणसे पैशाच्या, प्रतिष्ठेच्या किंवा अशाच दुसऱ्या कुठल्या तरी मोहाला बळी पडून आपल्या आत्म्याचा सुखासुखी अध:पात करून घेत असलेली जेव्हा जेव्हा मला दिसतात, तेव्हा तेव्हा नुसती पेज जेवून शाळेला येणारा, वर्षानुवर्ष अर्धपोटी अभ्यास करूनही आपला पहिला नंबर न सोडणारा, एका मोडक्यातोडक्या खोपटीत आजाराने अंथरुणाला खिळल्यावरही आपली शाळा बुडेल म्हणून व्याकूळ होणारा

आणि चुकून हाती आलेला एक रुपया शंभर रुपयांच्या मोलाचा असून, तो प्रामाणिकपणाने परत करणारा तो किरिस्ताव कोळी मुलगा मला मोठा धीर देतो. अंधारात भीत भीत चालणाऱ्या वाटसरूला आकाशाच्या कोपऱ्यातून चांदणी दिसावी, तसेच काहीतरी त्याच्या आठवणीने मला वाटते.

या गोष्टीत मुलाच्या गरिबीपेक्षा त्याच्या मनाच्या उदात्ततेला जे महत्त्व आले, ते केवळ योगायोगाने नाही. एरवी ही गोष्ट निराळ्या तऱ्हेने लिहिली असती. त्या जुन्या कोटाच्या खिशात चुकून रुपया राहिलेला नसून, शंभर रुपयांची नोट राहिली होती, ती नोट त्या गरीब मुलाला मिळाली, आजपर्यंत प्रत्येक लहान-सहान इच्छेच्या बाबतीत उपासमार भोगीत आलेले त्याचे मन त्याला काही केल्या आपल्या ताब्यात ठेवता आले नाही, असा धागा हाती घेऊन, मी तिची पुढची गुंफण केली असती. गॅल्सवर्दीच्या 'Silver Box' प्रमाणे तो मुलगा निरपराधी असूनही गुन्हेगार ठरतो, अशाप्रकारची कलाटणी मी कथानकाला दिली असती. पण तसे काही न करता त्या घटनेतून झालेला उदात्तपणाचा साक्षात्कार तेवढा मी अलगद उचलला. वायुलहरीने एखाद्या फुलाच्या रंगरूपाकडे किंवा त्याला लागलेल्या किडीकडे लक्ष न देता फक्त त्याचा सुगंध घ्यावा ना? तसा! असे होण्याचे कारण त्यावेळी माझ्या मनामध्ये सुरू असलेल्या एका तीव्र झगड्यात आहे. या कथेच्या जन्माच्या वेळी ध्येय व मोह यांचा संघर्ष माझ्या मनातही मोठ्या तीव्रतेने चालला होता. त्या संघर्षाने या गोष्टीचे स्वरूप निश्चित केले.

'माया', 'पूजास्थान', 'शिकार' व 'देव कुठे आहे?' या गोष्टींची घडण 'जुना कोट'पेक्षा निराळी आहे. हरतऱ्हेच्या सामाजिक विषमतेला बळी पडणाऱ्या निरपराधी जिवांच्या दर्शनाने होणारी माझ्या मनाची चडफड आणि तडफड या कथांत व्यक्त झाली आहे. 'देव कुठे आहे?'मध्ये या विषमतेच्या दांभिक आणि राक्षसी स्वरूपाचे चित्रण बालमनाच्या नाजूक आणि निरागस पार्श्वभूमीवर केले आहे. 'शिकार'मध्ये जीवनाचे खरेखुरे उग्र स्वरूप दृष्टीला पडल्यानंतर सात्त्विक प्रवृत्तीच्या डोळ्यांवरले विषमतेचे पटल कसे दूर होते हे दाखविले आहे. ही गोष्ट मी लिहिली तेव्हा गांधीजींचे हृदयपरिवर्तनाचे तत्त्व हवेत दरवळत होते. त्याचा परिणाम तिच्यावर निश्चित झाला आहे. आज मी ही कथा लिहायला घेतली तर...

तर तिचा शेवट फार निराळा होईल हे काय सांगायला हवे?

'माया' गोष्टीचा विषय हिंदू समाजात तरी सनातन आहे. गरिबीमुळे ज्याला हुंडा देण्याचे सामर्थ्य नाही, लग्नासाठी झुरणाऱ्या आपल्या प्रिय कन्येचा विवाह कसा करावा हा प्रश्न ज्याला काही केल्या सुटत नाही आणि शेवटी केवळ सद्‌हेतूने जो याबाबतीत आपल्या मुलीची फसवणूक करायला प्रवृत्त होतो, असा एक दुर्दैवी पिता त्यावेळी मी पाहिला होता. त्याच्या या अगतिक अवस्थेतूनच या गोष्टीचा जन्म

झाला. कथारचनेचे नवे नवे प्रयोग करून पाहण्याचा छंद मला त्यावेळी जडला होता. त्यामुळे ही कथा मी पत्ररूपाने मांडली. आज ती वाचून पाहताना माझ्या मनात कितीतरी निराळ्याच कल्पना येत आहेत. त्या पित्याच्या दु:खाशी तेव्हा मी पूर्णपणे समरस झालो नव्हतो असे या क्षणी मला वाटते. त्याने केलेल्या आपल्या कन्येच्या वंचनेत कारुण्य आणि हास्य यांचे मोठे विलक्षण मिश्रण व्हायला हवे होते. चॅपलिन जसा दुबळा, प्रसंगी हास्यास्पद; पण अत्यंत सत्प्रवृत्त नायक निर्माण करतो तसा हा पिता मी रंगविला असता तर या गोष्टीला निराळीच लज्जत आली असती!

'पूजास्थान' ही माझ्या धंद्याने मला दिलेली गोष्ट आहे. अठरा वर्षे मी एका खेडेगावातल्या शाळेत शिक्षकाचे काम केले. त्या दीड तपात समोर बसलेल्या मुलामुलींच्या परिस्थितीतल्या तीव्र विषमतेची जाणीव मला कडाडून झाली नाही असे एकही वर्ष गेले नाही. थकलेली फी देण्याचे सामर्थ्य नसलेला एखादा दरिद्री हुशार मुलगा आणि गोरगरिबांना पद्धतशीरपणे पिळून गबर बनलेल्या सावकाराचा अगदी दगड असलेला मुलगा जवळजवळ बसलेले पाहिले की, माझे मन आपले पंख फडफडवीत एकदम दहा वर्षे पुढे जाई. त्या दोघांच्या भावी जीवनाची चित्रे ते रंगवू लागे. केवळ गरिबीमुळे पहिल्याचे गुण मातीमोल झाले आहेत आणि निव्वळ श्रीमंतीच्या बळावर दुसरा आयुष्यातले सोने लुटीत आहे हे पाहून दुबळ्या संतापाने मी अस्वस्थ होऊन जात असे. माझी ती सारी चीड या गोष्टीत प्रतिबिंबित झाली आहे. शाळेच्या त्या छोट्या जगातून बाहेरच्या मोठ्या जगात मी पाऊल टाकल्याला आता अकरा वर्षे झाली. पण अजूनही सर्वत्र मला विषमतेची तीच ओंगळ आणि भयंकर दृश्ये दिसत आहेत. बाजारात, देवळात, विद्यालयात, नाटकगृहात, प्रवासात, सभासंमेलनात, लग्नमंडपात, स्मशानभूमीत- कुठेही पाहा. जीवनाच्या या महारोगाने आपल्याला पुरे ग्रासून टाकले आहे, समाजपुरुषाचे शरीर त्याने विलक्षण विद्रूप आणि बधिर करून सोडले आहे, या शारीरिक विकृतीचा परिणाम त्याच्या आत्म्यावरही झाला आहे असेच दिसून येईल. डोळे मिटून भारतीय संस्कृतीचा जप करीत आणि आपल्या आध्यात्मिक वारशाची स्थानी-अस्थानी प्रौढी मिरवीत आपण गेली शेकडो वर्षे एका स्वप्नसृष्टीत वावरत आलो आहो. धर्म व व्यवहार, विचार व आचार, इच्छा व कृती यात उभारलेली राक्षसी भिंत धुळीला मिळविण्याकरिता करावी लागणारी प्रचंड धडपड आमच्यापैकी एखादाच थोर आत्मा क्वचित करतो. जमल्यास त्याचा आणि ते साधले नाही तर त्याच्या शिकवणुकीचा मुडदा पाडून आम्ही पुन्हा स्वप्नसृष्टीतल्या आपल्या मोठेपणात मश्गूल होऊन जातो. आम्हाला सर्वोदय हवा, आम्हाला रामराज्य हवे! 'सर्वे तु सुखिन: सन्तु' या मंत्राचा उद्घोष कानांवर पडला की, आमच्या अंगावर आनंदाचे रोमांच उभे राहतात! पण हे सारे शेख महंमदाचे मनोराज्य सत्यसृष्टीत उतरविण्याकरिता आर्थिक आणि सामाजिक

समतेची जी बैठक तातडीने निर्माण व्हायला हवी, ती उभारण्याचे अवघड आणि कष्टप्रद काम करायला आम्ही तयार नाही. परंपरागत स्वार्थावर निखारे ठेवल्यावाचून समता या शब्दाला काही अर्थ नाही, जीवनविषयक दृष्टिकोनातली क्षुद्रता नाहीशी झाल्याशिवाय खरीखुरी सामाजिक क्रांती अवतार घेऊ शकणार नाही हे सनातन कटू सत्य आहे. पण आजच्या झटपट सुधारणेच्या काळात याचा विचार करायला मंत्र्यापासून विचारवंतापर्यंत कुणालाच वेळ नाही. आजकालची आपली सारी धडपड सत्प्रवृत्त आहे असे मानले, तरी पायावाचून उभारलेल्या चित्रपटातल्या क्षणभंगुर लाकडी मंदिरावर सोन्याचा कळस चढविण्यापेक्षा तिची किंमत अधिक नाही. कळत-नकळत सामाजिक विषमतेचे खरेखुरे राक्षसी स्वरूप लपविण्याचीच अद्यापि आपण कोशीस करीत आहोत! कुणी तिला तत्त्वज्ञानाच्या सात पडद्यांआड ठेवतो, कुणी तिला धार्मिक बुरखा पांघरायला देतो, कुणी तिला पांडित्याच्या अलंकारांनी झाकून टाकतो. पण कुठलीही व्याधी- मग ती वैयक्तिक असो वा सामाजिक असो- लपवून कधीच बरी होत नाही! या दृष्टीने मी 'पूजास्थान' ही गोष्ट चाळू लागलो म्हणजे तिच्यात एकप्रकारचा दुबळेपणा मला आता जाणवतो! तिच्यातले सत्य अधिक तीव्रतेने, अधिक उग्रतेने आणि अधिक विशाल अशा पार्श्वभूमीवर चित्रित करण्याचा मी पुन्हा एकदा प्रयत्न करणार आहे.

'तीन नंबरची खुर्ची' ही या संग्रहातली गोष्ट कल्पनारम्य आहे. ती प्रसिद्ध झाली त्यावेळी मोठी लोकप्रिय होती. कल्पनारम्यतेत कृत्रिमता असते हे खरे आहे. पण त्यामुळे वाचकांच्या दृष्टीने तिचे आकर्षण काही कमी होत नाही. या गोष्टीच्या नावाने आपल्या मनात मोठे कुतूहल निर्माण झाले आणि आपण ती उत्सुकतेने वाचायला घेतली असे प्रिं. गोकाक एकदा म्हणाले होते. ते नाव कल्पनारम्यतेतूनच आले आहे. माझ्या लिखाणातल्या एक-दोन महत्त्वाच्या गुणदोषांची मीमांसा करायला ही कथा फार उपयुक्त आहे. अगदी लहानपणापासून एकीकडे हरिभाऊ आपटे तर दुसरीकडे श्रीपाद कृष्ण कोल्हटकर यांचे वाङ्मय मी मोठ्या गोडीने वाचीत आलो होतो. त्या दोघांचे माझ्यावर सारख्या प्रमाणात संस्कार झाले असते तर कदाचित माझ्या भाषेला आणि कथालेखनाला थोडीफार निराळी दिशा लागली असती असे मला अद्यापही वाटते. पण अनेक कारणांमुळे मी आपट्यांपेक्षा कोल्हटकरांचा भक्त झालो. त्या भक्तीने माझ्या लेखनाचे प्रारंभीचे स्वरूप निश्चित केले. कल्पनारम्यता हा कोल्हटकर-संप्रदायाचा मोठा रम्य विशेष आणि स्थूल दोष आहे. लेखनाच्या बाल्यावस्थेत लेखक अनुभूतीपेक्षा अनुकृतीवरच अधिक भर देत असतो. त्यामुळे माझ्या आरंभीच्या लेखनातून कल्पनारम्यतेच्या गुलाबाचा थोडासा सुगंध आणि त्याचे बरेचसे काटे आपोआपच आले. हे सारे कसे घडले, ते घडत असताना मला त्याची पुसट जाणीवसुद्धा कशी झाली नाही, इत्यादी गोष्टी 'पन्नाशी' या माझ्या

लवकरच प्रसिद्ध होणाऱ्या आठवणींच्या संग्रहात मी सविस्तर वर्णन केल्या आहेत. म्हणून 'तीन नंबरची खुर्ची' या कथेविषयी इथे अधिक लिहीत नाही.

या संग्रहातल्या 'सुपारीचे खांड', 'हवालदाराचा सत्याग्रह', 'करुण कथा', 'मिस कांचन' व 'दोन चित्रे' या गोष्टींमध्ये थोडाफार विनोदाचा भाग आहे. माझ्या गद्य-लेखनाला मी विनोदी लेखाने प्रारंभ केला होता, त्यामुळे पुढे कथालेखक झाल्यावर मी विनोदी गोष्टी लिहाव्या अशी वाचकांची अपेक्षा असणे रास्त होते. मलाही विनोदाचे आकर्षण अगदी लहानपणापासून वाटत आले आहे. त्यामुळे मधूनमधून विनोदी गोष्टी लिहिण्याची इच्छा माझ्या मनातही प्रबळ होते. मार्क ट्वेन, जेरोम के. जेरोम, स्टीफन लीकॉक व वुडहाउस हे जगप्रसिद्ध विनोदी लेखक गेल्या पंचवीस वर्षांत निरनिराळ्या वेळी माझ्या वाचनात आले. त्यांच्या हास्यरसाचा मनमुराद आस्वाद घेताना आपणही असे काहीतरी लिहावे या कल्पनेने माझ्या मनात कितीतरी वेळा घर केले आहे. 'जांभळीची शाळातपासणी', 'मार्क्स आणि फ्रॉइड', 'कढीभात' इत्यादी अशाप्रकारच्या माझ्या गोष्टींना जे यश मिळाले, ते या दृष्टीने मला कार्यप्रवृत्त करायला पुरेसे होते. पण गेल्या दोन तपांतला माझा कथासंसार पाहणाराला त्यात अश्रूंच्या मानाने हास्य फार कमी आहे असेच दिसून येईल.

असे का व्हावे, हा प्रश्न अनेकांनी विचारला आहे. त्याचे समाधानकारक उत्तर देणे फार कठीण आहे; पण मला जे जाणवत आले आहे ते सांगतो. गंभीर कथेप्रमाणे विनोदी कथांच्याही कल्पना मला सुचतात; पण एखाद्या गंभीर कथाबीजाभोवती माझे मन महिना महिना पिंगा घालीत राहते. विनोदी कल्पनेच्या बाबतीत मात्र तसे सहसा होत नाही. ती सुचते तेव्हा मला मौज वाटते. या कल्पनेवर मोठी मजेदार गोष्ट लिहिता येईल असेही मी स्वतःशी म्हणतो. पण एखाद-दुसरा दिवस उलटतो न उलटतो तोच मी ती कल्पना विसरून जातो. वाऱ्याने भरून आलेला पाऊस दूर न्यावा तसे काहीतरी होते माझ्या मनात! 'जीवनाकडे वरवर पाहणारा विनोद निर्माण करतो; पण त्यात खोल खोल जाणाराला शोकांतिकाच सुचतात' असे एका प्रसिद्ध इंग्रज नाटककाराने म्हटले आहे. माझेही थोडेसे तसेच काहीतरी होत असावे!

माझ्या विनोदात मुळापासून चमत्कृतीचा भाग अधिक आहे. दुःख विसरण्याच्या प्रयत्नानेच लहानपणापासून मला कोटिबाज केले की काय, अशी शंकाही कित्येकदा माझ्या मनाला चाटून जाते. ती खरी असो वा नसो, स्वैर हास्याला स्फूर्ती देणाऱ्या विषयात मी सहसा संपूर्णपणे समरस होऊ शकत नाही हे खरे आहे. मी अद्यापि हडकुळा का राहिलो आहे याचे संशोधन करणाराला माझ्या या माहितीचा निश्चित उपयोग होईल.

ते काही असो. लेखनात स्वच्छंद विनोदाचे आणि माझे फारसे सूत जमत नाही एवढे खरे! आम्ही दोघे मित्र आहोत; पण काही केल्या आम्ही जानीदोस्त होऊ शकत नाही.

माझ्या या मर्यादांमुळे या पाच विनोदी गोष्टी सर्व वाचकांना सारख्याच प्रमाणात आवडतील किंवा काय, याविषयी मी साशंक आहे. उपहास, उपरोध आणि विडंबन यांच्याद्वारे थोड्याशा खुसखुशीतपणाने घेतलेला विविध सामाजिक प्रश्नांचा समाचार, असे त्यांचे थोडक्यात वर्णन करता येईल. माझ्या मनावरला भार हलका करण्याकरिता वेळोवेळी मी त्या गमतीने लिहिल्या. वाचकांचीही त्यांनी तेवढी सेवा केली म्हणजे माझे काम झाले.

या तेरा कथांच्या इतर अनेक गुणदोषांविषयी काही लिहिण्याची आवश्यकता आहे असे मला वाटत नाही. त्या लिहिल्या गेल्या तो काळ मराठी लघुकथेच्या पहिल्या बहराचा होता. तो बहर १९४० च्या आसपास संपला. आता ती पुन्हा नव्या वासंतिक वैभवाने नटत आहे. साहजिकच या दीड-दोन तपांत लघुकथेचा वाचक अधिक चोखंदळ झाला आहे.

एक गोष्ट मात्र आवर्जून सांगायला हवी. उत्कृष्ट लघुकथा ही फार दुर्मीळ कलाकृती आहे, हे सत्य गेल्या दोन तपांत मी कधीच विसरलो नाही. कुणी फक्कड गोष्ट मागितली की मी अजूनही म्हणतो,

'ते फार अवघड काम आहे बुवा! त्यापेक्षा कादंबरी लिहायला सांगा मला!'

-आणि कुणी सुंदर कादंबरीची मागणी केली की मी उत्तरतो,

'ते फार कठीण काम आहे बुवा! त्यापेक्षा लघुकथा लिहायला सांगा मला!'

शाहुपुरी,
कोल्हापूर, ११.५.४९

वि. स. खांडेकर

अनुक्रमणिका

मुके प्रेम
୬୦୪

'बॅ-बॅ-बॅ...' अंगठा नसलेल्या उजव्या हाताने जयरामची पैरण ओढणाऱ्या त्या मुलाच्या तोंडून एकच अक्षर सारखे निघत होते. जणू काय 'बे-एं-एं' करून आईला हाक मारणारे कोकरू अगर 'म्यांव-म्यांव' करीत दूध मागणारे मांजर! एकच करुण स्वर! 'बॅ-बॅ-बॅ...'

कामाच्या वेळी मांजर पायाला अंग घासू लागले की, त्याचा कसा राग येतो! जयरामाला त्या मुक्याचा तसाच संताप आला. त्याने डोळे वटारले आणि पैरण त्याच्या हातून हिसकावून घेऊन, तो आपला पोशाख चढवू लागला. त्या मुक्या मुलाचे डोळे भरून आले; पण त्याचे मन जाणण्याच्या स्थितीत जयराम होता कुठे?

पोस्टाचे मळकट खाकी कपडे तो एका महिन्याने आज अंगात घालीत होता. ते घालता घालता बायकोचे एक वाक्य त्याला आठवले अन्... आज आपणाला नोकरीवर रुजू व्हायचे आहे ही गोष्ट तो क्षणभर विसरून गेला. आठवण काही विलक्षण नव्हती अशी; पण आवडत्या माणसाचे साधे पत्रही मनुष्य जपून ठेवतोच की नाही? आठवण म्हणजे तरी काय? मनाला आलेले पत्र!

पाच-सहा वर्षांपूर्वीची गोष्ट. मुक्याच्या वेळचे डोहाळे होते ते! कशावर म्हटल्या कशावरच वांच्छा जाईना तिची! दिवेलागणीला जयराम घरी आला की म्हणे,

''कशी काय राणीसाहेबांची तब्येत?''

ती हसून त्याच्याकडे पाही आणि त्याला पाय धुवायला ऊन पाणी आणून देण्याकरिता घरात निघून जाई.

कितीही प्रयोग झाले, तरी नाटकातल्या संवादांत जसा कधी बदल होत नाही, त्याप्रमाणे जयरामाचा प्रश्न आणि त्याच्या बायकोचे मुके उत्तर यांचा हा क्रम बरेच दिवस अखंड चालला होता.

एके दिवशी मात्र ती हसून न जाता ओट्यावरच उभी राहिली. नाटकातल्या संवादांत एका पात्राने ठरावीक वेळी ठरलेली कृती केली नाही की, दुसरे पात्र जसे गोंधळून जाते, तसे जयरामाचे झाले. राणीसाहेबांचा बेत काय आहे तो त्याला कळेना! शेवटी आश्चर्यचकित मुद्रेने त्याने विचारले,

"कसल्या स्वारीचे बेत चालले आहेत मनात?"

तिने न बोलता एक हस्तपत्रक त्याच्या हातात ठेविले. 'मानापमान' नाटकाची जाहिरात होती ती!

त्या रात्री जयरामाच्या राणीसाहेबांनी राजेसाहेबांसह नाटकगृहावर स्वारी केली.

दुसरे दिवशी सकाळी जयराम आपला पोस्टाचा पोशाख चढवून कामावर जायला निघाला; त्यावेळी राणीसाहेब त्याच्याकडे पाहून म्हणाल्या,

"लढाईवर निघाले धैर्यधरजी!"

हीच काय ती आठवण! पण जयरामाचे मन तिच्यात अगदी रंगून गेले. हजारो अद्‌भुत प्रसंगांनी भरलेल्या जगाला या साध्यासुध्या आठवणीची किंमत वाटली नसती! पण जयरामाला- समुद्राला एक जलबिंदू अगदी क्षुद्र वाटतो; पण अळवाचे पान त्यालाच मौक्तिक मानून आनंदाने अंगावर धारण करीत नाही का?

या आठवणीत जयराम रंगून गेला असताना मुक्याने त्याची पैरण ओढली आणि 'बॅ-बॅ-बॅ' हाक मारली. जयरामाला त्याचा असा राग आला!

'ती गेली आणि हे विद्रूप कारटं मात्र मागं राहिलं. याच्या उलट झालं असतं तर?'

लगेच आपल्या दुष्ट मनाचा त्याला क्षणभर रागही आला. दुसऱ्याच क्षणी त्याला वाटले,

'सोन्यासारखी बायको गेली आणि हे खापर तेवढं घरात उरलं. जन्मभर हा धोंडा गळ्यात बांधून फिरलं पाहिजे आता!'

बायकोच्या आठवणीने त्याच्या डोळ्यांत पाणी उभे राहिले. हवापालटाने बरे वाटेल म्हणून महिन्यापूर्वी बायकोला तो तिच्या माहेरी घेऊन गेला. अवघा एक महिना! त्या वेळचा पावसाळा अजून सुरूच होता. पण जयरामाच्या आयुष्याचा मात्र याच अवधीत रखरखीत उन्हाळा झाला. जयरामाने करुण दृष्टीने घरातल्या सर्व वस्तूंकडे पाहिले. प्रत्येक वस्तू नव्या नव्या आठवणींचा घाव त्याच्या अंत:करणावर घालू लागली. मुक्या माराप्रमाणे दु:खही असह्य असते. अगदी ओक्साबोक्शी रडावे असे त्याला वाटू लागले. पण हृदय आभाळाप्रमाणे भरून आले होते तरी त्याच्या डोळ्यांतून एकही थेंब पडेना. अंत:करणातल्या उकाड्याने त्याचे प्राण अगदी गुदमरून गेले. कोणी प्रेमाने जवळ बसले म्हणून आजार कमी होतो असे नाही; पण आजाऱ्याला तेवढ्यानेच किती बरे वाटते! जयरामाच्या दु:खी मनालाही अशाच

सहानुभूतीची जरुरी होती. कुणीतरी आपल्या बायकोविषयी चौकशी करावी आणि डोळे पुशीत आपण गेल्या महिन्यातील सर्व हकिकत सांगावी, अशी उत्कट इच्छा त्याच्या अंत:करणात उत्पन्न झाली.

त्याने इकडेतिकडे पाहिले. मुका कोपऱ्यात स्वस्थ बसला होता.

'आपल्या दु:खात हा कसला भागीदार होणार?' असा तुच्छतेचा विचार जयरामाच्या मनात आला!

इंग्रजी शाळेतले शास्त्रीबोवा, मधल्या आळीतले ते कवी आणि 'मित्रमंडळ' क्लबाची मंडळी- सारे कसे अघळपघळ बोलतात आपल्याशी! आजच्या टपालात जर त्यांची पत्रे असली तर ही सारी माणसं 'काय जयराम, कुठं होती स्वारी गेला महिना?' असे विचारतील अन् मग आपण...

मुक्याकडे तिरस्काराने पाहून जयराम कामावर रुजू होण्याकरिता गेला.

तो खाकी पोशाख, त्यामुळे आठवलेले बायकोचे वाक्य, मुक्याने 'बॅ-बॅ-बॅ' करीत पैरण ओढणे इत्यादी गोष्टींमुळे जयरामाला पोस्टात पोहोचायला पाच मिनिटे उशीर झाला. पोस्टात पाऊल टाकताच जयरामाच्या कानांवर मास्तरांचे शब्द पडले,

'आजपर्यंत काय कुणाच्या बायका मेल्याच नाहीत वाटतं जगात! पण याचं आपलं निराळंच सारं. कवी शिरले असतील आज अंगात!'

आपल्या अंगात कवी अगर भूत यांच्यापैकी कुणाचाच संचार झालेला नाही हे जयरामाला पक्के ठाऊक होते. पण प्रत्येक गोष्ट पाहिली की, त्याला काही ना काही कल्पना सुचे आणि त्या कल्पनेचा संबंध- लांबून का होईना- त्याच्या बायकोच्या मृत्यूशी लागे.

टपालातल्या पत्रांवर तो भराभर छाप मारीत होता. त्याला एकदम वाटले :

छाप म्हणजे मरण! तिकिटावर छाप नाही, तोपर्यंत ते चालतं. छाप बसला की, संपलं सारं! तिकीट मरतं; पण ते काम संपवून मग मरतं. माणसं अशी मरतात का?

कोटाच्या बाहीने डोळ्यांतील पाणी पुसून जयरामाने आलेल्या टपालाची वर्गवारी केली. मुंबईहून आलेली दोन पत्रे- एक गावाच्या दक्षिण टोकाला द्यायचे, तर दुसरे उत्तर टोकाला! मुंबईपासूनची दोघांची सोबत संपली नि आता- पुन्हा उभ्या जन्मात गाठ नाही. माणसे आणि पत्रे यांची गत सारखीच नाही का? पण ही इतकी हाडामांसाची पत्रे देव एकदम कुठं नेतो, कुणाला देतो? पुढे काय होते त्यांचे? आपली बायको आता कुठं आहे? ती काय करीत असेल बरे?

सुन्न मनाने जयरामाने खाकेला पिशवी लाविली व तो टपाल वाटायला निघाला. शास्त्रीबोवा, कवी, मित्रमंडळ- साऱ्यांची पत्रे होती आज पिशवीत. कोंडलेली

वाफ बाहेर पडण्याकरिता जसे वरचे झाकण खडखड उडवू लागते त्याप्रमाणे सहानुभूतीच्या उत्कट इच्छेने त्याचे हृदय धडधड उडू लागले. प्रथम शाळा आली. शास्त्रीबोवा अजविलापाची गोष्ट वर्गात सांगत होते. जयरामाला पुढे जायचे धैर्य झाले नाही. तो वर्गाबाहेर उभा राहिला. अजाच्या शोकाचे वर्णन ऐकताच त्याला जणूकाही आपले दुःखच शास्त्रीबोवा वर्णन करून सांगत आहेत असा भास झाला. अजराजात अन् आपल्यात केवढे अंतर! पण दोघांचीही बायको मेलेली, दोघेही दुःखी! तिकडे शास्त्रीबोवा अजाच्या मुलाचे- रघुराजाचे- वर्णन करू लागले. ते ऐकताच जयरामाला आपल्या मुक्या मुलाचा असा तिटकारा वाटू लागला की...

टपाल वाटायला उशीर होत आहे हे ध्यानात येऊन तो चपापला व शास्त्रीबोवांच्या वर्गात गेला.

''उशीर का बोवा, टपालाला?'' शास्त्रीबोवांनी पृच्छा केली.

त्यांची बायको माहेरी गेली आहे हे जयरामाला कुठे ठाऊक होते?

''त-त-त...''

''त-त-त काय अन् च-च-च काय? उशिरा पत्रं मिळाली, तर आजच्या बोटीनं त्यांची उत्तरं जायची कशी?'' शास्त्रीबोवा वर्गाकडे पाहून हसले.

त्यांना आपल्या नियमितपणाचा मोठा अभिमान होता. मग त्याचे प्रदर्शन करण्याची ही सोन्यासारखी संधी ते थोडेच दवडतात!

बिचारा जयराम जड पावलांनी शाळेतून बाहेर पडला. सहज खाली पाहता पाहता त्याचे लक्ष आपल्या पोशाखाकडे गेले. लगेच त्याला ते वाक्य आठवले :

''लढाईवर निघाले धैर्यधरजी...''

जयरामाच्या डोळ्यांपुढे निराळेच मानापमान नाचू लागले.

धैर्यधर आणि भामिनी यांचे लग्न झाल्यावर पुढे काय झाले असेल? धैर्यधर एखाद्या लढाईत मारला गेला, की भामिनी तापाने मेली?

त्याच्या मनातले हे विचार पोस्टमास्तरांना कळले असते, तर कवीप्रमाणे नाटककारांची एक पलटणही त्याच्या अंगात शिरली आहे असा त्यांनी तर्क केला असता.

मधली पत्रे देऊन जयराम कवींच्या घरापाशी आला. त्याला दुरून पाहताच कवी अंगणात धावतच आले. आपले सांत्वन करण्याकरिता त्यांनी चार पावले पुढे यावे, याबद्दल जयरामाला कृतज्ञता वाटू लागली. आपल्या अंतःकरणात तुंबलेले दुःख आता मोकळे करायला मिळणार, म्हणून त्याला आनंद झाला. टपाल द्यायचे आणि- कवींनी त्याच्या हातातून आपले टपाल जवळजवळ हिसकावून घेतले. टपाल म्हणजे कुठल्याशा मासिकाचा फक्त एक अंक होता. त्यांनी घाईघाईने तो अंक फोडला आणि ते ओरडले,

"अगं- ए..."

त्या वीररसात्मक हाकेचा अर्थच जयरामाला कळेना!

कवींनी सप्तमात स्वर चढवून हाक मारली,

"अगं- ए- ए..."

'ए' ने 'ओ' दिली व ती स्वयंपाकघराच्या पिछाडीवरून सोप्याच्या आघाडीवर आली.

"आली की कविता छापून!" कवी विजयानंदाने ओरडले. "छापली, की अशी छान दिसते!"

तव्यावरील भाकरी करपेल, या भीतीने कविपत्नी स्वयंपाकघरात अंतर्धान पावली. पण कविवर्यांना ती गेल्याचे अगर जयराम उभे असल्याचे भान होते कुठे? ते मोठमोठ्याने ओरडू लागले :

"सोडोनि, सखये सुगंधकलिके, जाशी कशी, गे, मला?"

जयराम कवींच्या गद्याचा भुकेलेला होता. पण ते पद्यप्रांतात शिरलेले पाहून, त्याने आपली पाठ फिरविली.

तो भराभर पत्रे वाटीत चालला. मित्रमंडळाच्या इतक्या सभासदांपैकी कुणी ना कुणी तरी आपली चौकशी करील अशी त्याला खात्री होती.

जाता जाता रस्त्यावर फुले विकायला बसलेल्या बाया त्याने पाहिल्या. त्याच्या अंत:करणाला विलक्षण वेदना झाल्या. फुले पूर्वीप्रमाणेच फुलत आहेत- हे गुलाब, ही सोनचाफी, त्या जुईच्या माळा; पण... पण... आता फुले घेऊन काय करायची?

मित्रमंडळाच्या इमारतीजवळ तो आला.

"ठोका! कुणाचा आहे हा गुलाम?" वगैरे वरचे वीरश्रीयुक्त शब्द त्याला रस्त्यावरच ऐकू आले.

पत्ते खेळायला बसलेल्या मंडळींपैकी कुणी ना कुणी तरी आपली चौकशी करणारच करणार, या खात्रीने तो जिन्याच्या पायऱ्या लगबग चढून वर गेला. त्याचे दु:ख करटाप्रमाणे ठणकत होते; पण करट आपोआप फुटणे जसे बरे, त्याचप्रमाणे आपले दु:खही स्वाभाविक रीतीने बाहेर पडावे असे त्याला वाटत होते.

हातातले पत्र मित्रमंडळाच्या पेटीत टाकून तो उभा राहिला.

पत्ते खेळणारे 'मित्र' महायुद्धातील शत्रूप्रमाणे गंभीर चेहऱ्याने लढण्यात गढून गेले होते. जग बुडाले असते, तरीसुद्धा त्याची त्यांना यावेळी दाद लागली नसती! मग बिचाऱ्या जयरामाला कोण विचारतो?

डाव ऐन रंगात आला होता. एकाने बदाम राणी टाकली. आपली राणी सर आहे, अशी त्याची खात्री होती; पण प्रतिपक्षाने राजा हातात राखून ठेवला होता. त्याचा राजा रणांगणात उतरला आणि...

"हा घ्या राजा! मेली की नाही राणी?" अशी गर्जनाही लगेच ऐकू आली. दुसऱ्या डावाची पिसणी सुरू झाली.

जयरामाला पत्त्यांत काहीच कळत नव्हते. पण बोलायला काहीतरी विषय पाहिजे म्हणून त्याने सहज विचारले,

"राजाने राणी कशी हो मारली मघाशी?"

"अरे, तू नाही का मारून आलास आपली? तशीच!" जखमेवर मलमाऐवजी मीठ चोळावे तसे जयरामाला झाले.

काम संपवून तो पोस्टात परत आला. गावातले सर्व व्यवहार नित्याप्रमाणे चालले होते.

पोस्टातून तो घरी परत यायला निघाला. सर्व काही जिथल्या तिथे होते. पण त्याच्या दृष्टीला ते असून नसल्यासारखे वाटत होते. आपल्या दुःखाचा भार आपणच सोसला पाहिजे, उभ्या जगात त्याला कोणीच भागीदार नाही, या विचाराने त्याचे मन अत्यंत उदासवाणे होऊन गेले.

बिऱ्हाडाच्या दारातच मुका उभा होता. त्याने अंगठा नसलेला उजवा हात पुढे करून 'कुठं आहे?' असा मुका प्रश्न केला. तो आपल्याकडे खाऊबिऊ मागत असेल असे वाटून जयरामाने आपल्या खिशाकडे बोट दाखविले. मुका हसला व घरातले जुने लुगडे आणून त्याने 'कुठं आहे' म्हणून पुन्हा हाताने विचारले. जयरामाकडून काहीच उत्तर मिळाले नाही असे पाहून त्याने उजवा हात उंच करून हलविला. त्या लुगड्याची मालकीण मागून येत आहे की काय, असे तो खुणेने विचारीत होता. डोळे पुशीत जयरामाने आकाशाकडे बोट दाखविले.

मुक्याने वर पाहिले आणि करुण मुद्रेने एकदम जयरामाच्या कंबरेला विळखा घातला. विजेच्या प्रवाहाने निर्जीव अवयवाचे चलनवलन सुरू व्हावे, तशी जयरामाच्या हृदयाची स्थिती झाली. त्याने अश्रू गाळीत मुक्याला पोटाशी धरले. त्याच्या दुःखाचा भार हळूहळू हलका होऊ लागला.

१९३२
∎

सुपारीचे खांड

सिगारेट पुढे करीत बापूराव म्हणाले,

"घ्या, मास्तर."

"सॉरी." मास्तर उत्तरले.

"दार झाकतो हवं तर! म्हणजे दुर्गा पाहील आणि शाळेत सांगेल, ही भीती नको!" बन्याबापूंनी सुधारणा सुचविली.

"पण मी ओढतच नाही ना!"

"मुलींच्या शाळेतले मास्तर म्हणून, की..." बापूरावांनी प्रश्न केला.

'इंग्लिश बायकांत जे मनोधैर्य आहे, ते हिंदू पुरुषांतसुद्धा नाही.' धुराच्या वर्तुळाकडे पाहता पाहता बन्याबापूंच्या मनात विचार आला.

ते कॉलेजात कवी म्हणून प्रसिद्ध होते. क्षणार्धात त्यांना स्फूर्ती झाली,

'ही धूम्रवलयं कुठे चालली? यांच्याबरोबरच मला जाता येईल का? अहो धूम्रवर्तुळांनो, तुम्ही पृथ्वी सोडून वर का जाता? इथं सौंदर्याची किंमत नाही, गुणांचं चीज नाही, म्हणूनच का?' फक्कडशा गझलात या कल्पना बसविण्याचा त्यांनी निश्चय केला.

बापूराव कथालेखक होते. त्यांनी झुरके घेत घेत मास्तरांना प्रश्न केला,

"मास्तर, हा पाहा माझा विमानाचा कारखाना! तुम्ही कसला माल बनविता?"

"कसलंच व्यसन नाही मला!" उपहासमिश्रित स्वराने मास्तर उद्‌गारले.

"कसलंच नाही?" एखाद्या चालत्या-बोलत्या मनुष्याच्या नाडीचे ठोके पडू नयेत, तसे वाटून बन्याबापू पृच्छा करते झाले.

"अगदी सुपारीच्या खांडाचंदेखील नाही!" मास्तरांनी शांतपणाने सांगितले. लगेच ते म्हणाले, "बराय. येतो मी आता! उद्या सकाळी बरोबर पावणेसातला चहाला या माझ्याकडं. साताला शाळा आहे आमची!"

नमस्कार करून मास्तर निघून गेले.

"काय, बापू?"

"आडात पाणी लई खोल, गं..." बन्याबापू खुर्चीच्या हातावर ताल धरीत गाऊ लागले.

बापूरावांनी फिर्यादी पक्षाच्या वकिलाप्रमाणे मुद्दे मांडले,

"आपल्याच वयाचा तरुण गृहस्थ! कॉलेजात गेला नाही, म्हणून मास्तर झाला! अन् तो कुठे? तर मुलींच्या शाळेत! तिथे मारुतीचादेखील गणपती व्हायचा! आणि हा गृहस्थ म्हणतो... सुपारीच्या खांडाचंदेखील व्यसन नाही मला! काल लायब्ररीत फडक्यांच्या नव्या कादंबरीतून वाक्येच्या वाक्ये उतरून घेत होती स्वारी! चहाच्या दुकानात कुणी ताक प्यायला जात नाही म्हणावं राजश्री. आम्ही काय अगदी बोळ्यानंच दूध पितोय वाटतं? कविता कशा ॲक्टिंग करून रंगात येऊन शिकवतो मुलींना! आणि..."

मास्तरांच्या सोवळेपणाने कॉलेजातील कवी व कथालेखक यांच्या नाकाला चांगल्या मिरच्या झोंबल्या. मनुष्यस्वभाव लांड्या कोल्ह्यासारखा असतो हेच खरे! स्वत:चे शेपूट तुटल्याबरोबर त्या कोल्ह्याने जशी शेपटीविरुद्ध मोहीम सुरू केली- माणसे थेट तश्शी वागतात जगात!

बन्याबापू व बापूराव चहाला आले, तेव्हा मास्तर पायजम्यात वावरत होते. त्यांनी फक्कड चहा बनविला. बापूराव त्यांच्या टेबलापाशी जाऊन घुटके घेऊ लागले. बन्याबापू खिडकीपाशी उभे राहून भिंतीत घर करणाऱ्या कुंभारणीकडे पाहत होते!

'घर! स्वीट होम! य:कश्चित किड्यांनासुद्धा घराविषयी केवढं प्रेम वाटतं हे!'

चहाच्या घुटक्यांनी जागृत झालेली त्यांची प्रतिभा गुणगुणू लागली. लगेच त्यांच्या मनात विचार आला, या कुंभारणीलासुद्धा घराचा एवढा ओढा आहे! मग त्या तरुणाला, मुलींच्या मेळ्यात मिसळणाऱ्या या मास्तराला कसले बंधन, कसलेच व्यसन नसेल? छे, ते शक्यच नाही. याच्या या टेबलाच्या खणात प्रेमपत्रेसुद्धा असतील कुणाची तरी! नाही कुणी म्हणावे?

बन्याबापूंनी घाईघाईने चहा संपविला.

मास्तरांनी आपला पेला खाली ठेवण्याकरिता पाठ फिरविलेली पाहताच त्यांनी टेबलाचा ड्रॉवर उघडण्याला बापूरावांना खूण केली. दुसऱ्याच्या गोष्टी चोरून पाहण्याचा कथालेखकांना जन्मसिद्ध हक्कच असतो!

मास्तर दोरीवरला शर्ट काढून अंगात घालीत होते. इतक्यात द्यूतात पांडवांना जिंकल्यानंतर शकुनीला जो आनंद झाला असेल, तो आपल्या स्वरात दर्शवीत बापूराव ओरडले,

"मास्तर, तुम्हाला सुपारीचं खांडसुद्धा लागत नाही ना?"

पाठमोऱ्या मास्तरांनी नकारार्थी मान हलविली.

"मग सबंध सुपारीच टाकता वाटतं तोंडात? बन्याबापू, या बघा दोन सुपाऱ्या!"

"खरंच, मी सुपारी खात नाही."

"लग्नाचं आमंत्रण आलं, तर वाटीत टाकायला ठेवल्या आहेत वाटतं या?" बन्याबापूंनी त्या हातात खेळवीत खवचटपणाने विचारले.

मुलींच्या शाळेची पहिली घंटा खणखण वाजू लागली.

"द्या हो त्या." गयावया करून मास्तर बन्याबापूंना म्हणाले.

पण ते पडले कवी! त्यांनी सरळ नेम धरून त्या बाहेर फेकल्या.

मास्तरांचा चेहरा खर्रकन उतरला असे त्या दोघांना वाटले.

"तोंडात टाकायला खांड पाहिजे असेल, तर हे घ्या!" बापूराव खिशातून सुपारी काढीत म्हणाले.

"खांड घेऊन काय करायचं?" निराशेने मास्तर उद्गारले. ते घाईघाईने धोतर नेसू लागले.

"खांड नको, सबंध सुपारी हवी." बापूराव म्हणाले.

"फुलाची पाकळी नको, फूल हवं!" बन्याबापूंनी त्यांच्या वाक्याला काव्याचा मुलामा दिला.

घरी जाताना दोघांचीही 'प्रतिभा' या सुपारी-प्रकरणाचा विचार करण्यात गढून गेली होती.

सुपारीचे खांड न खाणाऱ्या मनुष्याने टेबलात दोन सुपाऱ्या कशाला ठेवल्या? त्या सुपाऱ्या फेकून दिल्याबरोबर मास्तरांचा चेहरा का उतरला? कुणातरी प्रिय मनुष्याची आठवण म्हणून त्या सुपाऱ्या त्यांनी ठेवल्या नसतील ना?

प्रतिभेच्या इंजिनात प्रचलित वाङ्मयाचा कोळसा घालताच त्यांची कल्पना मेलगाडीच्या वेगाने धावू लागली.

दुर्गा शाळेतून आली, तेव्हा बापूरावांनी विचारले,

"काय गं, कविता कशी काय शिकविली मास्तरांनी आज?"

"आजारी आहेत की काय, कुणाला ठाऊक!"

"कशावरनं?"

"शिकविण्यात लक्षच नव्हतं मुळी त्यांचं!"

बन्याबापू बापूरावांना म्हणाले,

"लक्ष होतं सुपाऱ्यांत!"

बापूरावांनी प्रश्न केला,

"नेहमीसारखं ॲक्टिंग करून शिकविलं की नाही?"

"अं हं!"

"मग काय कपाळाला हात लावून शिकवीत होते वाटतं?"

"खिसे चाचपल्यासारखे करीत होते मधूनमधून. काय हरवलंय त्यांचं कोण जाणे बाई!"

दुर्गाच्या प्रश्नाला दोघांनीही 'हृदय' ही उत्तरे मनातल्या मनात दिली.

दुर्गाच्या सांगण्यावरून स्पष्टच दिसत होते. मास्तर त्या सुपाऱ्या खिशात घालून शाळेत जात असत, त्या खिशात असल्या, की अभिनय करून कविता शिकवायला त्यांना उत्साह येई. आज त्या नव्हत्या. कविता-अभिनय-सुपारी! खास त्या सुपाऱ्यांशी मास्तरांच्या हृदयाच्या नाजूक धाग्याचा संबंध आहे.

झाले! दोनप्रहरी वामकुक्षीऐवजी बन्याबापूंनी कविता केली. पुरुषांचा पोशाख बायकांपेक्षा लवकर होतो, या न्यायाला अनुसरून बापूरावांची गद्य भावकथा कवितेच्या आधीच तयार झाली.

कवितेत बन्याबापू डोळ्यांत आसवे आणून एक करुण कथा सांगत होते.

लहानपणी एक मुलगा व एक मुलगी एकत्र खेळली-वाढली. नवरा-बायको म्हणून लोक त्यांची थट्टादेखील करीत. एकदा तर लपविलेली सुपारी शोधून काढण्याचा लग्नातील खेळही ती खेळली. त्या दिवशी त्या दोन सुपाऱ्यांपैकी आठवण म्हणून दोघांनी एक-एक सुपारी आपल्याकडे ठेविली. (इसवी सनाच्या आकड्यांबरोबर ही दोघेही वाढली.) पुढे मुलीच्या बापाने तिचे लग्न भलत्याच मनुष्याशी लावून दिले. धिक्कार असो या हिंदूधर्माला! प्रेमभंगामुळे ती मुलगी झुरून मेली. मरताना तिने ती सुपारी आपल्या प्रियकराकडे पाठवून दिली. त्या दोन सुपाऱ्या हेच आता त्या तरुणाचे जीवन झाले आहे. तो नेहमी गुणगुणत असतो :

'विश्वाहुनि थोर सुपारी
प्रीतिची रीत ही न्यारी'

बापूरावांनी आपल्या हृदयस्पर्शी भावकथेची जडणघडण अशी केली होती :

एका गरीब भावाला दोन बहिणी असतात. गरिबीमुळे भाऊबीजेला त्यांच्या घरी जाण्याचा अगर त्यांना आपल्याकडे आणण्याचा खर्च त्याला झेपत नाही. धि:कार असो असल्या समाजरचनेचा! (भाऊबीजेकरिता आगगाड्यांनी भाडे बरेच कमी करावे, अशी कल्पनाही या गोष्टीमुळे एखाद्या समाजसेवकाला सुचेल. तसे झाल्यास मनोरंजनाबरोबर लोकशिक्षणही साधल्याचे श्रेय मिळेल.) अशा स्थितीत भाऊबीज कशी साजरी करायची? लहानपणी बहिणींना ओवाळणीत घातलेल्या सुपाऱ्यांपैकी दोन तो त्यांच्याकडून पोस्टाने मागवून घेतो. त्या सुपाऱ्यांकडे पाहिले की, त्याला

आपल्या बहिणी भेटल्याचा आनंद होतो.

वाचकहो, त्या गरिबाच्या या आनंदात तुम्ही-आम्ही भागीदार होणे बरे नाही. चला तर-

संध्याकाळी बापूराव व बन्याबापू मास्तरांच्या बिऱ्हाडी गेले.

"क्षमा मागायला आलोय आम्ही तुमची. सकाळी त्या सुपाऱ्या फेकून मोठीच चूक केली आम्ही!"

"अं! चाललंच आहे जगात! माणूस म्हटलं की, थट्टा ही आलीच."

"पण मस्करीची कुस्करी केली आम्ही! तुमच्या मनाला धक्का बसेल, हृदय दुभंगून जाईल..."

खो खो हसत मास्तर म्हणाले,

"सुपाऱ्या खूप स्वस्त आहेत सध्या!"

"पण त्या सुपाऱ्यांची गोष्ट निराळी आणि बाजारातल्या..."

"त्यावेळी वाटलं खरं तसं मला."

"वाटायचंच! ही कविता अन् भावकथा वाचून पाहा. तुमच्या दुःखानं आमचं हृदय उलून गेलं आणि त्यातून..."

मास्तर हस्तलिखितं वाचू लागले. त्या हृदयस्पर्शी लिखाणाने त्यांच्या डोळ्यांतून अश्रूंची कारंजी वाहू लागतील, मग आपणालासुद्धा रडे आवरणे कठीण जाईल, म्हणून बन्याबापू व बापूराव यांनी आपले सेंट घातलेले हात-रुमाल जय्यत तयार करून ठेवले. पण म्हणतात ना? भरवशाच्या म्हशीला- छे! भरवशाच्या हरिणाच्या पोटातून कस्तुरीऐवजी तपकीर निघाली!

वाचन संपताच मास्तर वेड लागल्यासारखे हसू लागले.

बन्याबापू 'अरसिकेषु कवित्वनिवेदनम्', 'उत्पत्स्यते मम हि कोऽपि समानधर्मा' वगैरे चरण गुणगुणू लागणार तोच मास्तर म्हणाले,

"त्या सुपाऱ्यांची खरी हकिकत निराळी आहे थोडी!"

"थोडीच ना! मग सांगा की! म्हणजे रिॲलिझमचाही छान टच मिळेल माझ्या गोष्टीला." बापूराव उत्सुकतेने उद्गारले.

"त्या सुपाऱ्या नसल्या की, पंचाईत होते मोठी माझी."

"बरोबरच आहे!" जोडगोळी आली.

"आज शाळेत शिकविताना लक्षच लागेना माझं."

"कसं लागेल?" संयुक्त प्रश्न झाला.

"सारखे कनवटीकडे हात जात!"

"कनवटीकडं?"

"हो! फार लहानपणी धोतरे नेसायला लागलो मी! कनवटीला सुपाऱ्या लावून मोलकरीण नेसवी ते मला. ती जी सवय लागली..."

कोरड पडलेल्या तोंडात सुपारीची खांडे टाकीत मास्तरांच्या श्रोत्यांनी घरचा रस्ता सुधारला.

१९३४
■

माया

खोली नं. ५, पहिला मजला
पोकळे बिल्डिंग, पोयबावडी,
परेल, मुंबई.
१.१.३४

चि. शकुंतलेस अनेक आशीर्वाद विशेष.

गेल्या चार महिन्यांत माझे पत्र नाही म्हणून तुम्ही सारी काळजीत असाल, पण चतुर्थीच्या वेळीच मी तुला लिहिले होते की, कंपनीच्या कामाकरिता मला फिरतीवर जावे लागणार आहे चार-सहा महिने- कदाचित वर्षभरसुद्धा मुंबईबाहेर राहावे लागेल. सुदैवाने चार महिन्यांतच सुटका झाली. मी काल इथे आलो.

प्रवासात असलो तरी पत्र पाठवायला काय हरकत होती, असे तुझ्या मनात येईल. शकू, कदाचित तू आपल्या बापाला निष्ठुर नि निर्दयीही समजत असशील, पण खरं सांगू? हे कंपनीचं काम मोठं दगदगीचं. सकाळपासून संध्याकाळपर्यंत सक्तमजुरीच करावी लागत होती म्हणेनास मला! त्यातून भीक मागणाऱ्या ठाकराप्रमाणे दररोज निराळे गाव पाहायचे! माणसाचं मन तरी कुठं सरळ आहे? पत्र पाठविलं की, ते उत्तराची वाट पाहायला लागतं. फिरतीत तुझं उत्तर माझ्या हाती लागणे कठीण होते. म्हणून विचार केला की, मुंबईत परत येईपर्यंत पत्रच पाठवू नये आपण.

चतुर्थीच्या वेळच्या पत्रात पैसे लवकरच पाठवितो, म्हणून लिहिले होते मी. त्याप्रमाणे बडोद्याहून शंभर रुपयांची मनिऑर्डर केली होती, ती पोहोचली असेलच. पुढे मी कुठे जाईन याचा नेम नव्हता; म्हणून पावतीवर माझा वेंगुर्ल्याचा पत्ताच लिहिला होता. ती पावती तुला वेळेवर मिळाली असेलच.

आजच मी परळवर येऊन राहिलो आहे. इकडे कमी भाड्याच्या खोल्या मिळतात म्हणून मात्र नाही हं! गिरणीतल्या एका अधिकाऱ्याची अन् माझी ओळख झालीय चतुर्थीपूर्वी! तिकडलेच आहेत ते मूळचे! कोकण फार फार आवडतं त्यांना! माझ्याशी मालवणी भाषेत बोलताना काय आनंद होतो म्हणून सांगू त्यांना! भेटलो तेव्हा ते म्हणाले,

''परळवरच राहा तुम्ही दादा. म्हणजे दररोज मोकळेपणानं बोलायला तरी मिळेल मला!''

''लग्नाचे लाडू केव्हा देणार आम्हाला?'' म्हणून मी विचारताच ते म्हणाले,

''कोकणातली मुलगी हवी मला! दादोबांच्या व्याकरणाप्रमाणं बोलणारी बायको करून घेण्यापेक्षा आजन्म ब्रह्मचारी राहीन मी!''

-आणि शकू, तुला आश्चर्य वाटेल... पण सकाळचं जग संध्याकाळी जुनं होतंय, तेव्हा चालायचंच हे आता... त्यांनी मला सरळ विचारलं आपलं.

''तुमची मुलगी आहे की नाही, मला देण्यासारखी?''

तुझं नाव, रूप, सारी सारी चौकशी केली त्यांनी. सध्या गिरण्यांत संपाबिंपाच्या भानगडीत आहेत. नाहीतर माघातच मुहूर्त धरायला सांगितला असता मी त्यांना! माघ काय नि वैशाख काय! इतकी वर्षे गेली, तसे चार महिने हा हा म्हणता जातील. शकू, लग्नाकरिता आता अगदी झुरायचं नाही हं मनात! चांगल्या स्थळी तुला द्यायची म्हणून इतकी वर्षे गप्प बसलो मी. नाहीतर काय?

चतुर्थीच्या आधीच्या पत्रात संध्याकाळचं अंग मोडून येतं म्हणून लिहिलं होतंस ना तू! त्यावेळी औषध लिहिलं होतं, ते पैसे आल्यानंतर घेतलंस ना? शेजारच्या बायका 'अठ्ठावीस वर्षांची घोडी झाली' म्हणून चिडवीत होत्या ना तुला? आता चांगले दात पडतील त्यांचे!

तुझे भावी पतिराज मोठे विनोदी आहेत हं! त्यांनी मला विचारलं,

''मुली किती तुम्हाला?''

मी म्हटलं,

''तीन- शकुंतला, अनसूया आणि प्रियंवदा.''

ते लगेच हसून म्हणाले,

''वेंगुर्ल्याला घर आहे तुमचं, की आश्रम? मी कण्वमुनि म्हणूनच हाक मारणार आता तुम्हाला!''

शकुताई, तू मनात म्हणत असशील, बायकोनं नवऱ्याचं नाव घ्यायला लाजावं.

सासऱ्याला जावयाचं नाव घ्यायला काय हरकत आहे? तेव्हा त्यांचे नाव सांगतोच आता तुला. मात्र तुळशीला प्रदक्षिणा घालताना त्या नावाचा जप करू नकोस हं. नाहीतर तुळस रागावेल आणि...

त्यांचं नाव शशिकांत राजाध्यक्ष.

त्यांनी मला कण्वमुनि म्हटलं, तर मी त्यांना दुष्यंत राजाध्यक्ष म्हणणार आहे बरं का, राजाध्यक्षीणबाई!

चि. अनसूया व चि. प्रियंवदा यांना आशीर्वाद. सौभाग्यवतीला इकडील काळजी करू नये म्हणून सांगावं. कुणीतरी जाणारा पाहून लुगडी पाठवीन म्हणतो.

क. हा आशीर्वाद.

तुझा

दादा

□

मानशीच्या पुलाजवळ
वेंगुर्ले, ५-१-३४

कु. रत्नप्रभाताई नाबर, पुणे, यांस गरीब मैत्रीण कु. शकुंतला हिचा शिरसाष्टांग नमस्कार, विनंती विशेष.

तुमचे पत्र वेळेवर पोहोचले. उत्तराला पंधरा दिवस उशीर होत आहे. क्षमा करावी. तुमचे क्षेमकुशल तुमच्या मावशींना कळविले. ते कळवायला मी गेले, तेव्हा केवढा केला एक-एक डोळा त्यांनी! तुम्हाला ठाऊकच आहे त्यांचा स्वभाव! लगेच पट्टा सुरू झाला.

'मावशीला पत्र पाठवायला काय मोडले होते वाटतं हात? पण उलटंच झालंय सारं जग हल्ली...'

'भाचीनं कधी कोकण पाहिलं नाही... म्हणून अपूर्वाबाईनं आणली तिला दिवाळीत! या अलीकडच्या पोरी! कुणाची मुलगी अन् कुणाशी सलगी! चांगली महिनाभर राहिली इथं; पण दिवसा घरात पाय ठरेल तर शपथ!'

'कुठं चाललीस रत्ना!'

'समोरच्या शकूच्या घरी जाऊन येते जरा!' 'वीस वर्षांची वाढलेली घोडी!' समोरच्या तबेल्यातच बरं वाटायचं तिला! तिथं खिंकाळताहेत की तीन घोड्या!'

एक न दोन! लिहिलं, तर पुराणच होईल मोठं! जीव मुठीत घेऊन मी परत आले. तुमचा गोड स्वभाव आठवून डोळ्यांत पाणी उभं राहिलं. रत्नप्रभाताई, दिवाळीपासूनचा माझा महिना किती आनंदात गेला म्हणून सांगू? साऱ्या साऱ्या काळज्यांचा विसर पडे तुमच्याशी बोलताना! दादांचे चतुर्थीपासून पत्र नव्हते- तुमच्या मावशी आणि शेजारपाजारच्या साळकायामाळकाया 'आता कसलं लग्न होतं या घोडीचं?' म्हणून नित्य बोचून खात मला! मी गरीब वडिलांच्या पोटी

जन्माला आले हा माझा अपराध नव्हे आणि माझ्या वडिलांचाही नव्हे; पण शेजाऱ्यांची कुजकी बोलणी मनाला फार लागतात ताई! पुण्यासारख्या शहरात राहणाऱ्या तुमच्यासारख्या श्रीमंतांच्या मुलींना नाही कळायचे ते! आणखी शेजारच्या मुलींची लग्ने ठरायला लागली, त्यांच्या वराती दारावरनं वाजतगाजत जायला लागल्या, त्यांचे नवरे दिवाळसणाला सासुरवाडीला आलेले पाहिले, त्यांना फुले माळण्याचे समारंभ होऊ लागले, म्हणजे पोटात कशी कालवाकालव होते, ते मी तुमच्यासारखी बी.ए.च्या वर्गात असते, तर कादंबरी लिहूनच सांगितले असते. ताई, तेराव्या वर्षी मराठी सहावी पास होऊन माझी शाळा सुटली. तेव्हापासून पंधरा वर्षे 'आज लग्न होईल; उद्या लग्न होईल' म्हणत मी काढली. पंधरा वर्षे! पांडवांचा वनवास बारा वर्षांचा, रामाचा चौदा वर्षांचा; पण माझा पंधरा वर्षांचा झाला.

तुम्ही म्हणाल, 'वेडी आहे ही मुलगी! वडील मुंबईहून पैसे पाठविताहेत, आई रांधून जेवायला घालते आहे, देवाने चांगल्या दोन बहिणी दिल्या आहेत, सुख दुखतंय झालं हिला!' पण खरं सांगू ताई, वडिलांवरला आपला भार कधी कमी होईल, असं नेहमी वाटे मला! दोन-दोन वर्षांत घरी यायला मिळत नाही त्यांना! परवाचेच पाहा ना? चतुर्थीपासून ते सारखे चार महिने फिरत होते त्या कुठल्याशा कंपनीच्या कामाकरिता. त्यांनी असे हाल सोसून पैसे मिळवायचे! मग त्या पैशाचं अन्न कसं बरं गोड लागावं मला?

तुमची गाठ पडल्यापासून शिकत राहिले असते तर बरं झालं असतं असं वाटू लागलं. पण ताई, शिकायचं म्हटलं तरी पैसा हवाच की! तो असता तर हवा तितका हुंडा देऊन दादांनी माझं लग्नच केलं नसतं का?

ही कर्मकहाणी आठवण्याचं कारण तसंच आहे ताई! माझा वनवास संपत आला. चार महिन्यांनी मी मुंबईकरीण होणार. वनवासानंतर पांडवांना आणि रामाला राज्य मिळाले; नाही? मीही अगदी तितकी भाग्यवान आहे. दादा नुकतेच मुंबईला आले. त्यांची आणि एका...

काय लिहू बाई पुढे? ते किनई, गिरणीत अधिकारी आहेत मोठे! त्यांचं नाव-शशिकांत राजाध्यक्ष.

तुम्ही मुंबईला पुन्हा गेलात तर आमच्या दादांना भेटा. त्यांचा पत्ता खाली देत आहे :

खोली नं. ५, पहिला मजला
पोकळे बिल्डिंग, पोयबावडी,
परेल

पत्रांतल्या चुकांचा राग मानू नका हं!

तुमची गरीब मैत्रीण

शकुंतला (राजाध्यक्ष लिहू का?)

ता. क. बाबांचे पत्र परवा आले. ते वाचल्यापासून माझा संध्याकाळचा ताप कुठं पळून गेला, याचा पत्ताच नाही!

□

C/o रा. ब. रुद्राजी भास्कर नाबर,
डेक्कन जिमखाना,
पुणे नं. ४
७-१-३४

शशिकांत, तुमच्या नावामागे 'प्रिय' हा शब्द मुद्दामच घातला नाही. फसवी माणसं प्रिय होऊ शकत नाहीत.

इंग्लंडला जाऊन आलेल्या माणसांविषयी लोक नेहमीच साशंक असतात. बाबा परवाच म्हणत होते, 'भोळी आहेस तू रत्ना! सहज मुंबईला आठ दिवस जातेस काय आणि उभ्या जन्मात पूर्वी न पाहिलेल्या, शशिकांत राजाध्यक्षांवर माझं प्रेम जडलं म्हणून सांगतेस काय!' म्हाताऱ्या माणसांना पैशाची किंमत कळते- पण प्रेमाची? प्रेमाची किंमत त्यांच्या दृष्टीने शून्य, असा मी बाबांच्या भाषणाचा मनातल्या मनात उपहास केला.

पण आता वाटतं, बाबांचं म्हणणंच खरं होतं. इंग्लंडातून एखादी गोरी सवत येऊन उरावर बसते की काय, ही धाकधूक निराळी! पण अवघ्या दहा दिवसांपूर्वी मला वचन देऊन लगेच वेंगुर्ल्याच्या एका मुलीशी लग्न करण्याच्या गोष्टी करणं तुम्हाला शोभतं का? शशिकांत, प्रेम हा पुरुषांचा खेळ असेल; पण त्यानं बायकांचा जीव जाऊ लागला तर त्या ओरडल्याशिवाय राहतील का?

आठ दिवसांत तुमच्या-माझ्यामध्ये आपलेपणा उत्पन्न झाला, म्हणून लिहिते. जमिनीत मुळे धरल्यानंतर एखादे झाड उपटून दुसरीकडे लावले तर ते जगत नाही! प्रेमही तसंच आहे बरं. सोबत माझ्या वेंगुर्ल्याच्या मैत्रिणीचे पत्र पाठवीत आहे. तुम्हाला तिच्याशी लग्न करायचं असलं तर खुशाल करा. मी पुण्याची व्याकरणशुद्ध बोलणारी मुलगी! मला कुठे हेल काढून मालवणी भाषेत नाकातून बोलता येतंय? पण कृपा करा आणि माझ्यासारख्या दुसऱ्या एखाद्या मुलीला लग्नाचे वचन देऊन फसवू नका.

तुमची कोणीच नसलेली

रत्नप्रभा नाबर

□

मोहिनी मॅन्शन, हिंदू कॉलनी,
दादर - मुंबई
९-१-३४

प्रिय रत्नप्रभा,

तुझं पत्र काल पोचलं. ते वाचताच क्षणभर मी शशिकांत राजाध्यक्ष आहे, की एखादा अट्टल भामटा आहे, याची माझी मलाच भ्रांत पडली. नाताळातल्या आठ दिवसांत तू माझी व मी तुझा झालो. ते स्वप्न, की तुझे पत्र हे स्वप्न? यंत्र हेच माझे नेहमीचे मित्र! त्यामुळे चांगलीशी उपमा देऊन काही सांगता येणार नाही मला! पण प्रभा, प्रेम हे चुंबकासारखं असतं बरं. लोखंड चुंबकाला चिकटल्यानंतर दुसरीकडे जाईल हे शक्य तरी आहे का?

तुझे व तुझ्या मैत्रिणीचे पत्र वाचून मी प्रथम गोंधळून गेलो अगदी. नंतर शांतपणाने विचार करू लागलो. एकदा वाटले- तुझ्या या मैत्रिणीला वेड लागले असावे! पण नुकतीच तू वेंगुर्ल्याला महिनाभर राहून आली होतीस. तेव्हा हा तर्क काही बरोबर वाटेना.

गुप्त पोलीस खात्यातले एक अंमलदार स्नेही आहेत माझे. त्यांना दोन्ही पत्रं दाखविली. कालच्या काल बरीच माहिती मिळविली त्यांनी! तुझ्या मैत्रिणीनं लिहिलेल्या खोलीत दोन माणसं राहतात. एक मराठा आहे, दुसरा ब्राह्मण आहे. दोघेही वेंगुर्ल्याकडले आहेत म्हणे! मराठा जवळजवळ मवालीच आहे. स्वारी चार-दोन वेळा तुरुंग पाहून आलेली आहे. एवढेच नव्हे, तर रात्रंदिवस दारू पिऊन तर्र असते!

त्या खोलीत राहणारा पन्नाशीच्या घरातला ब्राह्मण मनुष्य हाच तुझ्या मैत्रिणीचा बाप असावेसे दिसते. पोलिसांच्या प्रश्नाला त्याने फार उडवाउडवीची उत्तरे दिली. एकदा वेंगुर्ल्याला आपले घर आहे म्हणून सांगितलंन. एकदा कोकणात आपले कुणीच नाही म्हणून म्हणू लागला. 'शशिकांत राजाध्यक्षा'नी बोलाविले आहे म्हणून सांगताच त्याचा चेहरा लगेच पांढरा फटफटीत पडला! पोलिसांच्या मते तो अट्टल लफंगा तरी आहे किंवा पुरा वेडसर तरी आहे! त्यांनी पाळत ठेविली आहे त्याच्यावर. लवकरच खरे काय ते बाहेर येईल. तोपर्यंत माझ्याविषयी अकारण वाईट मत बनवू नकोस एवढीच तुला विनंती आहे.

सर्वस्वी तुझाच
शशिकांत

ता. क. पत्र पाकिटात घालीत असताना टेलिफोनची घंटा वाजू लागली. माझे स्नेहीच बोलत होते. ते म्हणतात, 'तो वेंगुर्ल्याचा म्हातारा नुकताच सुटलाय तुरुंगातून. चोरीबद्दल चार महिन्यांची शिक्षा झाली होती म्हणे त्याला बडोद्याला!

पूर्वी इथल्या एका ऑफिसमधूनही असल्याच कारणासाठी काढून टाकला होता त्याला!'

□

पत्रावर तारीख आणि कशाला लिहू? आजची तारीख हीच माझ्या दृष्टीने जगाची शेवटची तारीख. माझ्या पत्त्याचा काय उपयोग? या पत्त्यावर आलेले पत्र मी जिथं जात आहे तिथं मला कोण आणून देणार? हे पत्र मी कुणाला लिहीत आहे? कुणाला? साऱ्या जगाला!

माझ्या जन्माच्या वेळी अफू फार महाग होती काय? कुणाला ठाऊक! माझ्या आई-बापांना वाटलं असेल- हा मुलगा जगात आपलं नाव काढील, घराण्याचं यश वाढवील. पण पन्नास वर्षं धडपड करून मी काय मिळविलं? चोर हा शिक्का आणि प्रत्येकाला प्यारा असलेला जीव अफू खाऊन देण्याचे धाडस! मी झालो, तेव्हा आईने जर माझ्या गळ्याला नख लावलं असतं, तर तिला एकाच हत्येचं पाप लागलं असतं. आता मी अफू खाऊन मरणार आणि माझ्या मागे माझी बायको आणि तीन पोरी अन्नासाठी कळवळत प्राण सोडणार!

ह्या हत्यांचे पाप कुणाच्या माथी बसणार? माझ्या? ते का म्हणून? गरीब आई-बापांच्या पोटी जन्म घेऊन, प्रसंगी नुसत्या पेजेवर राहून मी मॅट्रिक झालो, हा माझा अपराध की पराक्रम? मला तिन्ही मुलीच झाल्या. हा माझाच दोष का? मुंबईत बिऱ्हाड करणं पुरवणार नाही, म्हणून सारा जन्म भिकार खाणावळीत जेवलो आणि कोंदट खोलीत राहिलो. कधी दोन वर्षांनी महिनाभर रजा घेऊन गावी गेलो असेन, तेवढंच काय ते संसाराचं सुख!

शकू चौदा वर्षांची झाली, तेव्हापासून तिला स्थळ शोधू लागलो; पण अवघ्या मराठी सहा इयत्ता झालेल्या आणि दहा जणींसारख्या दिसणाऱ्या आमच्या जातीतल्या गरीब मुलीला कोण करून घेतो? हे तिला अठ्ठाविसावे वर्ष! पहिल्या पहिल्यांदा पोर कशी केळीच्या कोंबासारखी दिसे. पंचविशी उलटली आणि आपले लग्न होत नाही अशी हाय तिने घेतली. पिकटून गेली पोर! लग्न नाही, तर दुसरं काय करायचं वाढलेल्या मुलीचं? एकेकदा मनात येई- ऑफिसातल्या चार-दोन हजारांवर डल्ला मारावा आणि पोरीला उजवून टाकावी. ती तरी जन्माची सुखी होईल. मग चार-दोन वर्षे खडी फोडावी लागली तरी हरकत नाही. एकट्या शकूचाच मायापाश असता तर कदाचित अमलातही आणला असता मी हा विचार! पण बायको आणि दोन पोरी! त्यांना वेंगुर्ल्याच्या समुद्रात बुडवायचं होतं थोडंच!

देव सचोटीचं फळ देतो म्हणतात! मला ते पुरेपूर मिळाले. मात्र कल्पवृक्षाला विषारी फळे आली, एवढाच काय तो फरक! ऑफिसमधल्या वरिष्ठ अधिकाऱ्यानं

शर्यतीसाठी पैशाची अफरातफर केली. ती चूक कारकून या नात्याने माझ्या लक्षात यायला पाहिजे होती हे खरं! पण हातानं बेरजा-वजाबाक्या केल्या तरी मन नेहमी शकूच्या लग्नाच्या विचारात गुंग असे. माझं दुर्लक्ष झालं. चूक उमगली. अधिकाऱ्यानं पैसे भरून जागा राखली. मी- माझ्यापाशी काय होतं? ना पैसा, ना वशिला!

पन्नाशीच्या घरात आलेल्या मनुष्यानं सध्याच्या काळात बेकार व्हायचं! खाली धरणीकंप होत असताना भोवताली वणवा पेटावा, तशातली गती! नोकरी शोध शोध शोधली; पण ती शकूच्या नवऱ्याइतकीच महाग झालेली! तिकडे लग्नाकरिता झुरून झुरून शकू खंगू लागली. आपल्याला संध्याकाळचा बारीक ताप येतो, असे ती पत्रांत लिही! पण लगेच खाली म्हणे, 'दादा, स्थळं बघताय ना तुम्ही? अनूला पंचविसावं वर्ष लागलं गेल्या वैशाखात! आणि प्रियंवदा तिच्याहून दोनच वर्षांनी लहान आहे. नाही का? मुंबईतल्या एका लहान खोलीत मीठभाकरीचा संसार करायची पाळी आली तरी मी करीन. पण दादा...'

पगारी कारकून असताना मला मुलगी खपविता आली नाही. मग भुकेकंगाल बेकार झाल्यावर कोण मनुष्य मला सासरा करायला तयार होणार? बरेच दिवसांत घरी पैसे पाठवायला मिळाले नव्हते. शकूचा आजार डोळ्यांपुढे उभा राहिला. तो क्षयावर जाणार हे उघडउघड दिसत होते.

एका काळोख्या मध्यरात्री कल्पना सुचली. उघड्या डोळ्यांनी बडोद्याला गेलो. सावंतवाडीकडील एका श्रीमंत गृहस्थाचे घर गाठले. खोटे नाव सांगून दोन-चार दिवस त्यांच्या घरी राहिलो. संधी मिळताच शंभर रुपयांची रक्कम चोरून ती मनीऑर्डर घरी पाठविली. अपेक्षेप्रमाणे हातात कडीतोडे पडलेच. चार महिन्यांची सक्तमजुरी! डिसेंबरच्या शेवटच्या तारखेला मुंबईत आलो.

पण इथं येऊन करायचं काय? माझंच मन मला खाऊ लागलं. ऑफिसातून निघाल्यापासून ओळखीच्या पांढरपेशांत मिसळण्याची लाज वाटत होतीच. त्यात ही भर पडली. चटकन बडोद्याचा कुणी मनुष्य आला आणि त्याने मला ओळखले तर? गिरगावात राहणे जिवावर आले. परळवर राहणाऱ्या एका दारूबाज गाववाल्याची ओळख काढून त्याच्या खोलीत आलो. मी इथं राहायला यायला आणि दारावरनं एक सुंदर मोटार ज़ायला गाठ पडली. मोटारीत बसलेल्या मनुष्याचं सहज नाव विचारलं मी!

'शशिकांत राजाध्यक्ष. गिरणीत चांगल्या हुद्द्यावर आहेत ते!' कुणीतरी सांगितले. राजाध्यक्ष! आमच्याच जातीचे!

शकूला पत्र लिहायचे होते. मनात विचार आला- पोरगी फार तर वर्ष-सहा महिन्यांची सोबतीण! तिला आनंद देण्यासारखं लिहावं काहीतरी. मृगजळ खोटे खरे! पण ते दिसतं म्हणूनच हरिण धावतं ना? शशिकांत राजाध्यक्षांचे स्थळ

जुळण्यासारखे आहे असे कळविले, तर या आनंदात तरी ती चार महिने राहील. पुढे काहीतरी कारणाने ते फिसकटलं म्हणावं. दुसरे एखादे नाव सांगावे! चालेल तितके दिवस चालेल- पोरीची माया! मायेचा काटा मायेनेच काढला पाहिजे.

परवा पोलिसांनी येऊन बारीकसारीक चौकशी केली. ते माझ्या पाळतीवर आहेत असे दिसते. बडोद्याला माझं खरं नाव ठाऊक नव्हतं कुणाला. पण तुरुंगातून सुटलो त्यावेळी पस्तावून गेलो होतो मी अगदी! ज्यांच्या घरी चोरी केली त्यांच्यापुढं हात जोडून सारी खरीखुरी हकिकत सांगितली. नावसुद्धा त्यांना सांगितलं. पण आता वाटते, पोलीस माझं खरं नाव मिळविणार आणि ते जगजाहीर होणार! शकूचे लग्न? बेकार चोराच्या अठ्ठावीस वर्षांच्या क्षयी मुलीचे लग्न रामराज्यातदेखील झाले नसते!

जगावंसं वाटतं; पण जगून काय करू? बायकापोरांना तोंड दाखवायची लाज! त्यांच्या तोंडात अन्न पडण्याची मारामार! नवऱ्यासाठी झुरणाऱ्या शकूचे लग्न कसे करू? माया! गरिबांचा संसार म्हणजे शुद्ध माया! सुखाचा नुसता भास! या मायापाशांत तडफडत पडण्यापेक्षा ही अफूची गोळी गुटकन गिळलेली काय वाईट? देवा, तुझीही स्थिती माझ्यासारखीच झालेली दिसते. सारी माणसं तुझी लेकरं. पण त्यांचं कल्याण करण्याची शक्ती कुठं आहे तुझ्या अंगात? चल, येतोस माझ्याबरोबर तर. एक चांगली अफूची गोळी पैदा कर की...

१९३४
∎

मिस कांचन

खण्... खणण्... खण्...

अप्सरा पिक्चर्सच्या जनरल मॅनेजरच्या खुर्चीत पेंगत बसलेल्या भगवंतरावांच्या कानांवर हा कर्णकटू आवाज पडला नाही असे नाही; पण त्यांना मात्र तो सायकलच्या घंटेसारखा वाटला. डुलकी म्हणजे स्वप्नाची सरहद्दच असते, नाही का?

सायकलची घंटा ऐकली की, ते रूक्ष कॉलेज, त्याहूनही नीरस असे ते प्रोफेसर नि त्या कंटाळवाण्या नोट्स इत्यादी गोष्टींची आठवण होऊन भगवंतरावांच्या अंगावर शहारा उभा राहत असे. येन केन प्रकारेण अप्सरा सिनेटोनमध्ये शिरल्यापासून त्यांनी सायकलच्या पॅडलला पाय लावला नव्हता. सिनेमा कंपनीच्या जनरल मॅनेजरने सायकलवर बसणे ही गोष्ट कंपनीच्या इभ्रतीला कमीपणा आणणारी आहे असे त्यांचे प्रामाणिक मत होते. मग त्या कंपनीला किती का कर्ज असेना!

सायकलच्या घंटेच्या या भासाने भगवंतरावांच्या मिटलेल्या डोळ्यांपुढे त्यांचे अर्थशास्त्राचे प्रोफेसर उभे राहिले. ते सायकलवरूनच कॉलेजला येत असत. त्या उंच, कुरूप नि किडकिडीत माणसाकडे त्यांना पाहवेना! त्यांची विद्वत्ता साऱ्या हिंदुस्थानला ठाऊक होती. दरमहा एकशेचाळीस रुपये पगारावर काम करण्यात त्यांनी मोठा स्वार्थत्याग केला होता; पण अप्सरा सिनेटोनच्या चालू चित्रपटातल्या नायिकेशेजारी क्षणभर उभे राहण्याइतकेसुद्धा सौंदर्य त्यांच्या आकृतीत नव्हते. हा चित्रपट उद्या सपशेल पडला तरी काय झालं? काही झाले तरी रंभा ती रंभा नि अष्टावक्र तो अष्टावक्र!

प्रोफेसरांच्या त्या अंधूक आकृतीकडे पाहता पाहता त्यांच्या मनात आले- पृथ्वीच्या पाठीवर काश्मीर आहे, तसा सहाराही आहे. आपण कॉलेजच्या या भयंकर सहारातून चित्रपटाच्या काश्मिरात आलो, ही केवढी भाग्याची गोष्ट!

कॉलेजातले सारे प्रोफेसर मुलखाचे दरिद्री! एका प्रोफेसराने तर आपली कुरूप

मुलगी खपविण्याकरिता आपल्याला एकदा घरी चहाला बोलावले होते. भावी जावई खूश व्हावा म्हणून त्या गृहस्थाने मोठ्या उदारपणाने चहाबरोबर बिस्किटेही ठेविली होती. पण ती कसली- विदेशी जास्त किमतीची नव्हेत, देशी स्वस्त किमतीची!

नाहीतर आपले अप्सरा पिक्चर्सचे चालक भय्यासाहेब! एकेका पिण्याच्या बैठकीला शंभर रुपये उडवतील; मग खाण्याची गोष्ट तर बोलायलाच नको! दर सहा महिन्यांनी त्यांना नवा मुरब्बी स्वयंपाकी लागतो. परवा नव्या नायिकेच्या शोधाकरिता मुंबईला जाताना 'एक छानसा स्वयंपाकीही आणणार आहे मी!' असे म्हणालेच होते की ते!

ती सायकलची घंटा पुन्हा जोरजोराने खणखणू लागली!

भगवंतरावांनी मोठ्या प्रयासाने डोळे उघडले. भरदुपारी भरलेल्या पोटावर कुणीही मनुष्य घटकाभर कुंभकर्ण होतोच की!

पापण्यांची उघडझाप करीत त्यांनी समोर उभ्या असलेल्या पोऱ्याला विचारले, "काय रे?"

"फोन आलाय साहेब!"

भगवंतरावांना एकदम आजच्या वायद्यांची आठवण झाली. त्या कापड-दुकानदाराला भय्यासाहेबांनी आजच यायला सांगितले होते. त्याचे अठराशे रुपये नि...

कर्जदाराशी गनिमी काव्याने कसे लढावे, यात ते आता पारंगत झाले होते. कापड-दुकानदाराला कुठली थाप मारावी याचा ते सूक्ष्म विचार करू लागले. इतक्यात तो पोऱ्या उद्गारला,

"मुंबईचा फोन आहे साहेब!"

ऑफिस-बॉयसमोर साहेबांनी उडी मारणे हे सिनेमा कंपनीच्या जनरल मॅनेजरच्या दर्जाला शोभणारे असते, तर भगवंतरावांचे दोन्ही हात एकदम वरच्या तक्तपोशीला लागले असते! पण...

नाइलाज म्हणून त्यांनी आपल्या मनातल्या आनंदाला शिव्यांच्या रूपाने वाट करून दिली. त्या पोऱ्याच्या अंगावर खेकसत ते म्हणाले,

"गद्धा कुठला! एक नंबरचा मूर्ख आहेस! मुंबईचा फोन म्हणजे भय्यासाहेबांचा फोन! तो आल्याबरोबर मला हलवून जागं करायचं की..."

फोनपाशी पोहोचताच भगवंतरावांच्या आवाजात एकदम आश्चर्यकारक बदल झाला. बोक्याशी भांडणारी मांजरी पिलांना बोलावू लागली की, तिच्या स्वरात फरक होतो ना? अगदी तस्सा!

ते बोलू लागले :

"नमस्ते भय्यासाहेब!"

त्यांना शब्द ऐकू आले,

"काय झोपला होता वाटतं भगवंतराव? किती गोष्टी सांगायच्या होत्या मला!"

"तो कापड-दुकानदार आला होता! त्याची समजूत घालता घालता…" प्रेमात, युद्धात आणि सिनेमात सर्व काही क्षम्य असते हे सत्य अनुभवाने पटल्यामुळे भगवंतरावांनी न चाचरता भय्यासाहेबांना थाप दिली!

भय्यासाहेब उत्तरले,

"त्या मारवाड्याला म्हणावं, पुढलं चित्र झालं की, तुझं सारं दुकान विकत घेऊ आम्ही!"

"म्हणजे?" भय्यासाहेबांना मुंबईत फार लठ्ठ 'बोकड' सापडला असावा असे वाटून भगवंतराव आश्चर्याने उद्गारले! लगेच त्यांनी विचारले, "कुणी भांडवल दिले?"

"हे भांडवल पैशाचं नाही!"

"मग?"

"नवी नटी मिळालीय! रेडिओवर गेली दोन वर्षं गात होती पाहा. मिस कांचन!"

"मिस कांचन?" स्वतःच्या कानांवर विश्वास न बसल्यामुळे भगवंतरावांनी विचारले. रेडिओच्या तारकांतली शुक्राची चांदणी? छे!

"हो, हो! मिस कांचन!"

"अगदी अक्षरशः सोन्याची खाण सापडली म्हणायची आपल्याला!"

या कोटीवर खूश होऊन भय्यासाहेबांनी जे हास्य केले, ते भगवंतरावांना ऐकू आले.

त्या हास्याच्या पाठोपाठ शब्द आले :

"तसं रूप काही विशेष नाही; पण 'कट' फार चांगला आहे. अद्याप तिचा एकही फोटो प्रसिद्ध झालेला नाही. तेव्हा जाहिरातीवर लोकांना झुलवायला…"

"आताच लिहायला लागतो मी त्या!" क्षणार्धात भगवंतरावांच्या पुढून अनेक शब्द नाचत गेले… स्वरूपसुंदर, कोकिळकंठी, अभिनयसम्राज्ञी इत्यादी इत्यादी.

भय्यासाहेबांच्या किंचित कठोर आवाजाने त्यांना या जाहिरातींच्या काव्यमय जगातून खाली आणून भय्यासाहेब म्हणत होते,

"आजच्या मेलनं मी पाठवून देतोय तिला!"

"म्हणजे?"

"तुम्ही नुसती पत्रं टाईप करावीत भगवंतराव! अहो, या कांचनसाठी इथं गेले

चार दिवस केवढी लढाई सुरू आहे याची कल्पना नाही तुम्हाला! तीन भांडवलवाले, चार डायरेक्टर, दोन नट आणि...''

लहानपणी मराठी चौथीत पाठ केलेले पानपतच्या लढाईचे वर्णन भगवंतरावांना आठवले. दोन मोती गळाली, सत्तावीस मोहरा हरवल्या नि खुर्दा किती खर्च झाला...

भय्यासाहेब करड्या स्वरात सांगत होते :

''उद्या स्टेशनवर गाडी घेऊन मिस कांचनचे स्वागत करा. गर्दी जमवता आली तर फार उत्तम! तिच्या सरबराईत काही कमी पडू देऊ नका! वाटेल तो खर्च झाला तरी हरकत नाही. अजून करार व्हायचाय हे विसरू नका! नि हे पाहा... ही मिस कांचन फार लहरी नि थट्टेखोर आहे! तेव्हा तिच्या कलाप्रमाणंच सारं... अरे हो, एक गोष्ट विसरतच होतो की!''

भगवंतराव उत्सुकतेने ऐकू लागले; पण त्याच्या कानांवर 'ओहो! मिस कांचन...' एवढेच शब्द पडले. भय्यासाहेबांच्या भेटीला कांचन आली असावी, हे त्यांनी ताडले. हिंदुस्थान हा किती मागासलेला देश आहे आणि टेलिव्हिजनशिवाय १९४१ साली जगणे किती कठीण आहे, याची एका क्षणात त्यांना कल्पना आली!

ते अगदी कान देऊन ऐकत होते. भय्यासाहेबांच्या खोलीत कांचन एकटीच आली असली नि तिचे त्यांचे विशेष रहस्य झाले असले, तर एखादा नाजूक आवाज च्-च्क काहीच त्यांच्या कानावर पडले नाही. भय्यासाहेबांचे फक्त एवढेच शब्द त्यांना ऐकू आले.

''चला तुम्ही, पुन्हा फोन करीन मी!''

एखाद्या तालुक्याच्या गावी गव्हर्नर यायचा असला, म्हणजे त्याच्या स्वागताची तयारी करण्याकरिता मामलेदाराची जी धांदल उडते, तिची भगवंतरावांच्या धावपळीशी तुलना करणे म्हणजे बैलगाडीची मोटारीशी तुलना करण्यासारखे होईल. फोन आल्यापासून कंपनीची गाडी गावातून एकसारखी धावत होती. दैनिक वर्तमानपत्रांच्या कचेरीत जाऊन त्यांनी कांचनच्या आगमनाची बातमी अगदी बोल्ड टाइपामध्ये छापायला लावली. अप्सरा पिक्चर्सकडून फुल पेज जाहिरात मिळत असल्यामुळे बिचारा संपादक तरी काय करणार? 'महात्मा गांधींचे महत्त्वाचे पत्रक' ही ओळ काढून टाकून तिच्या जागी 'अप्सरा पिक्चर्समध्ये मिस कांचन' या मथळ्याची स्थापना झाली. लगेच या बातमीची दोन हजार हँडबिले छापून ती गावात वाटण्याची व्यवस्था करायचे काम छापखान्याला देऊन भगवंतराव मोतीमहाल हॉटेलकडे वळले.

मिस कांचनला कोणते पदार्थ आवडतात याची कल्पना आपल्याला असती तर

फार बरे झाले असते, असे भगवंतरावांना वाटले; पण ते समजायचे कसे? आत्ताच्या आता भय्यासाहेबांना फोन करून विचारले तर...?

आपली स्मरणशक्ती वेसुविअसप्रमाणे आहे, अशी या क्षणी भगवंतरावांची खात्री झाली. तो ज्वालामुखी जसा अकस्मात जागृत होतो, तशी त्यांची स्मरणशक्ती एकदम जागी झाली. मिस कांचनने कुठल्या तरी दिवाळी अंकात एक मुलाखत दिली आहे असे त्यांना आठवले. मोतीमहालचा एक फ्लॅट मिस कांचनकरिता रिझर्व्ह करून त्यांनी गाडी लायब्ररीकडे वळविली.

गतवर्षीचे दिवाळी अंक चाळता चाळता त्यांना एका कोपऱ्यात कांचनची मुलाखत मिळाली. अगदी लहान होती ती मुलाखत! पण तिच्यात भय्यासाहेबांनी वर्णन केलेला कांचनच्या स्वभावाचा छांदिष्टपणा मात्र भरपूर होता.

"तुमचा गळा इतका गोड कसा?" या प्रश्नाला तिने उत्तर दिले होते,

"लहानपणी मला पेढे-बर्फी वगैरे गोड गोड पदार्थ फार आवडत असत, त्याचा हा परिणाम असावा."

"तुमचा एकही फोटो अद्यापि प्रसिद्ध झालेला नाही. याचं कारण काय?"

हा प्रश्न मुलाखत घेणाऱ्याच्या दृष्टीने मोठा नाजूक व मजेदार होता; पण तिने त्याचे उत्तर दिले होते,

"आरशातलं आपलं प्रतिबिंब पाहण्यात आनंद वाटतो खरा; पण तो एकांतात, बाजारात नाही! फोटो हेसुद्धा माणसाचं प्रतिबिंब आहे!"

"तुम्हाला उद्या एक लाख रुपये मिळाले, तर तुम्ही काय कराल?"

या तिला विचारलेल्या प्रश्नाचे उत्तर भगवंतरावांच्या मते एकच होते :

"मी माझी स्वतःची सिनेमा कंपनी काढीन!"

पण या लहरी बाईने अगदी नीरस उत्तर दिले होते. म्हणे :

"मी एक शाळा काढीन. त्या शाळेतल्या सगळ्या मास्तरांना चांगले पगार मिळतील असं करीन."

"तुमच्या आवडत्या गोष्टी कोणत्या?" या प्रश्नाचे तिचे उत्तरही असेच अजब होते.

"मला तिसऱ्या वर्गातून प्रवास करणं आवडतं, मांजरं आवडतात, टोमॅटो आवडतात नि..."

भगवंतरावांनी तो अंक रागाने फेकून दिला! ते मनात म्हणाले, मोठं विचित्र काम दिसतंय हे! सिनेमा कंपनीत यायच्याऐवजी गांधींच्या आश्रमात जा म्हणावं!

पण जन्मात न पाहिलेल्या मिस कांचनवर रागावण्यापेक्षा तिच्या उद्याच्या स्वागताची तयारी करणेच नोकरीच्या दृष्टीने आवश्यक होते.

भगवंतराव परत अप्सरा पिक्चर्सकडे गेले. भय्यासाहेबांनी पुन्हा फोन करतो

म्हणून त्यांना सांगितले होते, कितीतरी वेळ त्यांनी त्या फोनची वाट पाहिली. शेवटी कंटाळा येऊन ते उठले. त्यांच्या मनात आले, तिकडे भय्यासाहेब नि मिस कांचन एखाद्या सुंदर हॉटेलमध्ये मजा करीत बसली असतील आणि इकडे आपण मात्र...

त्यांनी बॉयला हाक मारली.

चहा, चिवडा, भजी पाव...

बिचारा बॉय थक्कच झाला. भगवंतरावांना इतकी भूक लागल्याचे त्याने कधीच पाहिले नव्हते.

चहा-चिवड्यावर ताव मारता मारता ते मनात मिस कांचनचा उद्याचा कार्यक्रम ठरवीत होते. स्टेशनवर स्वागत, मग मोतीमहालमध्ये स्थानिक वृत्तपत्राला मुलाखत, मग गावातल्या प्रेक्षणीय स्थळांना भेट, दुपारी...

कॉलेजच्या वाङ्मय मंडळातर्फे त्यांचे व्याख्यान ठेवावे की... स्फूर्ती म्हणून जगात काही चीज आहे याचा भगवंतरावांना या वेळी प्रत्यय आला.

इथल्या कॉलेजात पहिले दोनच वर्ग आहेत खरे; पण कॉलेजात भाषणबिषण ठेवले, तर पोरे एखाद्या वेळी गडबड करतील! मागे लीला देसाईचा असाच कुठलासा कार्यक्रम पुण्याच्या पोरांनी पार पाडू दिला नाही. तेव्हा तो धोका पत्करण्यात अर्थ नाही. पब्लिसिटी होईल असे दुसरे काहीतरी...

त्यांची विचारांची गाडी येथपर्यंत आली, तोच त्यांना एक विलक्षण कल्पना सुचली. अप्सरा पिक्चर्सचे एक जुने चित्र सध्या इथे सुरू आहे. उद्या त्यांच्या साडेसहाच्या शोला मिस कांचन या हजर राहणार असून, त्यांचा सत्कार होणार आहे अशी जाहिरात केली तर?

देवाने पाठीला डोळे दिले नसले, तरी स्वत:ची पाठ स्वत:च थोपटून घेण्याइतके लांब हात माणसाला दिले आहेत. त्यांचा भगवंतरावांनी भरपूर उपयोग केला. आपली ही कल्पकता पाहून भय्यासाहेबसुद्धा चकित होतील, या कल्पनेत ते गुंग होऊन गेले.

त्या दिवशी रात्री आगगाडीच्या शिटीने भगवंतराव किती वेळा जागे झाले, याची गणतीच करता येणार नाही! एकदा तर सेकंड क्लासच्या डब्यातून उतरणारी एक सुंदर स्त्री आपल्याला लवून नमस्कार करीत आहे, असे दृश्य त्यांना दिसले.

इतक्यात त्यांचे डोळे उघडले.

पलीकडे घोरणाऱ्या पत्नीकडे नजर जाताच त्यांनी पुन्हा आपले डोळे मिटून घेतले!

रात्री स्वस्थ झोप लागली नसूनही भगवंतराव लवकरच उठले. हो, गुळगुळीत

दाढी करायला काय थोडा वेळ लागतो? नि चांगला भांग काढायचा म्हटले तरी... घटका घटका लागतो त्याला! मग टाय बांधायचा! मांजराच्या गळ्यात एक वेळ उंदीर घंटा बांधतील; पण दुसऱ्याच्या नजरेत भरेल असा टाय स्वत:च्या गळ्याला चटकन बांधून घेणे हे काही येरागबाळ्याचे काम नाही!

अप्सरा पिक्चर्सच्या गाडीतून भगवंतराव स्टेशनवर पोहोचले, तेव्हा प्लॅटफॉर्मवर शे-दोनशे माणसे जमली होती. आपला कालचा हँडबिलाचा खर्च फुकट गेला नाही, अशी त्यांची खात्री झाली. जमलेल्या गर्दीत सकाळी स्टेशनच्या बाजूला येणाऱ्या म्हाताऱ्या लोकांपासून शाळा-कॉलेजच्या विद्यार्थ्यांपर्यंत सर्व वयांची आणि सर्व दर्जाची माणसे होती.

संपादकांना बरोबर घेऊन, सेकंड क्लासचे डबे जिथे उभे राहतात, तिथे भगवंतरावांनी आपले ठाण मांडले. बावटा पडताच त्यांनी पुड्यांतले हारतुरे काढून हातात घेतले. मात्र हार घालताना 'मिस कांचन की जय' म्हणून ओरडावे, की 'अप्सरा पिक्चर्स की जय' अशी ललकारी मारावी याबद्दल त्यांच्या मनाचा काहीच निर्णय होईना.

खाड् खाड् करीत गाडी स्टेशनात आली. त्यांच्यासमोरच एक सेकंड क्लासचा डबा उभा राहिला. त्यात एक देखणी तरुणी बसली होती. दुसरे कुणी नव्हते. तिच्याजवळच दिलरुब्यासारखे एक वाद्य...

भगवंतरावांना अंत:स्फूर्ती झाली-

'याच मिस कांचन!'

ते गडबडीने डब्यात शिरले आणि त्या तरुणीच्या गळ्यात हार घालू लागले.

ती बाई हसत, 'अहो, हे काय?' असे म्हणत आहे तोच डब्यातल्या टॉयलेटच्या खोलीचे दार उघडले नि आतून टॉवेलने तोंड पुशीत तिशीतला एक गृहस्थ बाहेर आला. समोरचे दृश्य पाहून त्यालाही हसू आवरेना. तो उद्गारला,

"अहो, काय करताय हे?"

"सन्मान!" भगवंतराव गंभीरपणे म्हणाले.

"हिचा सन्मान? नि तो कशाबद्दल?"

अप्सरा पिक्चर्सच्या भावी नायिकेबद्दल इतक्या बेपरवाईने बोलणारा हा धटिंगण कोण आहे हे पाहण्याकरिता भगवंतरावांनी मान वळविली. समोरच्या बॅगकडे त्यांचे लक्ष गेले. तिच्यावर नाव होतं : सौ. शुभा देशमुख!

विजेच्या वेगाने भगवंतराव डब्यातून खाली उतरले. डब्याच्या तोंडाशी जमलेल्या गर्दीतून वाट काढीत ते मागचे सर्व सेकंड क्लासचे डबे पाहून आले; पण त्या डब्यात चिटपाखरूदेखील नव्हते.

त्यांना एकदम काल वाचलेल्या मिस कांचनच्या मुलाखतीची आठवण झाली. तिसऱ्या वर्गाने प्रवास करणे आपल्याला आवडते, हे तिचे उद्‌गार आपण कसे विसरलो हे त्यांचे त्यांनाच कळेना! ते स्टेशनवर गर्दीत होते म्हणून, नाहीतर या गाफिलपणाबद्दल स्वत:ची गालफडे रंगवायलाही त्यांनी कमी केले नसते!

ते धावतच तिसऱ्या वर्गाच्या डब्याकडे निघाले. लोकही त्यांच्यामागून जाऊ लागले.

तिसऱ्या वर्गाच्या बायकांच्या डब्यातून एक बाई खाली उतरून मोठ्या कुर्ऱ्याने उभी होती. तिच्या डाव्या हातात मनगटापासून कोपरापर्यंत भरलेल्या विचित्र बांगड्या, तिच्या पाठीवरल्या त्या दोन वेण्या, तिचे ते उघडे दंड नि रंगवलेली नखे...

हीच मिस कांचन असली पाहिजे असे भगवंतरावांना वाटले. तिच्या चेहऱ्याकडे पाहताच ते क्षणभर मनात साशंक झाले; पण लगेच त्यांना भय्यासाहेबांचे वाक्य आठवले : 'तसं रूप काही विशेष नाही!'

ब्रह्मदेवाच्या हिशेबीपणाची मनातल्या मनात तारीफ करीत ते पुढे होऊन म्हणाले,

"आपणच मिस..."

त्या बाईने पुढे बोलूच दिले नाही. ती तावातावाने म्हणाली,

"हो, मीच ती! भय्यासाहेबांनी काल तुम्हाला फोन केला होता ना?"

भगवंतरावांनी नंदीबैलाप्रमाणे मान हलविली.

"मग इतका वेळ तुम्ही काय करीत होता?"

"तिकडे सेकंड क्लासकडे..." पुढे काही न बोलता भगवंतरावांनी एकदम तिच्या गळ्यात हार घातला. फुलांमध्ये राग नाहीसा करण्याचा गुण आहे, अशी त्यांची खात्री झाली.

मोतीमहालमधल्या फ्लॅटमध्ये आल्यावर मिस कांचनने विचारले,

"ही एवढी जागा कशाला घेतलीत?"

"भय्यासाहेबांचा हुकूमच होता तसा!"

"मोठे लबाड आहेत हं ते!" कांचन उद्‌गारली, 'आई मला इकडे येऊ द्यायला तयारच नव्हती! ती म्हणत होती, 'मुंबईला काय पोट भरत नाही माणसाचं?' आताच्या आता तार करते तिला नि इकडे बोलावून घेते. पण नको बाई! तारेला फारच खर्च येईल. दुपारी पत्रच लिहीन!"

मिस कांचन ही बाई चिक्कू आहे, की साधी आहे, हे कोडे भगवंतराव सोडवीत असतानाच वर्तमानपत्राचे संपादक तिच्या मुलाखतीकरिता आले.

त्यांनी सुरुवात केली,

"हे पाहा, मिस कांचन..."

त्यांना पुढे बोलू न देता ती म्हणाली,

"माझं खरं नाव..."

भगवंतराव मधेच बोलू लागले,

"तुमचं मूळ नाव ठमी किंवा ठकी का असेना! सिनेमाच्या धंद्याला कांचन हेच नाव चांगलं आहे."

संपादक हास्य करीत म्हणाले,

"खरंच, सर्वे गुणा: कांचनमाश्रयन्ते!"

"म्हणजे काय?" मिस कांचनने प्रश्न विचारला.

संपादक लगबगीने टिपून घेऊ लागले,

"यापुढं मातृभाषांचाच अधिक अभ्यास झाला पाहिजे, असं मिस कांचन यांचं ठाम मत आहे!"

"सिनेमातल्या गाण्यांविषयी तुमचं काय मत आहे?" संपादकांनी पुढला प्रश्न केला.

"मला काय कळतंय त्यात!' पदराचे टोक दातांनी कुरतडीत मिस कांचनने उत्तर दिले.

संपादकांनी टिपून घेतले,

"मिस कांचन यांचा विनय त्यांच्या गळ्याहून गोड वाटला आम्हाला!"

पुढचा प्रश्न,

"एका होडीत बसून महात्मा गांधी व तुम्ही चालला आहा. दोघांपैकी एकानं समुद्रात उडी टाकली नाही, तर होडी उलटण्याचा संभव आहे! अशावेळी तुम्ही काय कराल?"

"मी रडायला लागेन!" कांचनने उत्तर दिले.

संपादकांनी आपल्या वहीत लिहिले,

'कलावंतांची मनं बालकाप्रमाणं असतात, हे मिस कांचन यांच्या या उत्तरावरून कुणालाही दिसून येईल!'

मुलाखतीनंतर भगवंतराव कांचनला गाव पाहण्याकरिता घेऊन गेले. जिथे जिथे त्यांची गाडी थांबे, तिथे तिथे लगेच माणसे भोवती गोळा होत. अशावेळी गर्दीतून गाडी पुढे गेली की, भगवंतराव कांचनला म्हणत,

"आजच तुम्हाला पाहण्याकरिता इतके लोक जमताहेत, मग उद्या तुम्ही पडद्यावर आल्यावर..."

कांचन हसून उत्तर देई,

"मला तेच वाटत होतं; पण तुमचे भय्यासाहेब मोठे लबाड आहेत हं! त्यांनी काय पण बनविलं मला! म्हणे, पडद्यावर येणं हे काही सोपं काम नाही. शेवटी मी त्यांना म्हटलं, मला एकदा चान्स तरी द्या. नटीचं काम नाही जमलं, तर तुमच्याकडे स्वयंपाकीण म्हणून राहीन! मग तर झालं?"

कांचनचे हे उद्‌गार म्हणजे भय्यासाहेबांच्या व्यवहारचातुर्याचा मोठाच पुरावा होता. तिने पगाराचा भला-मोठा आकडा सांगू नये, म्हणून भय्यासाहेबांनी घेतलेल्या या दक्षतेचे भगवंतरावांना मोठे कौतुक वाटले.

टेकडी, नदी, म्युझियम वगैरे पाहून झाल्यावर,

"मंडई पाहून आपण परत जाऊ या!" असे कांचन म्हणाली.

तेव्हा भगवंतरावांना आश्चर्याचा धक्काच बसला! नटी नि सुगृहिणी या गोष्टी अगदी परस्परविरोधी आहेत, असे ते आजपर्यंत मानीत आले होते; पण कांचन एका दिवसात आपल्या साऱ्या कल्पना बदलून टाकणार अशी त्यांची खात्री झाली. सकाळी अखिल भारतीय सिनेमा-सृष्टीला क्रांतिकारक वाटणारी गोष्ट तिने करून दाखविली. ती तिसऱ्या वर्गाच्या डब्यातून खाली उतरली नि आता ती मंडईत जाऊन...

मंडईत टोमॅटोच्या टोपलीकडे निरखून पाहणाऱ्या कांचनकडे बघता बघता भगवंतरावांना काल वाचलेली तिची मुलाखत आठवली. तिला टोमॅटो फार आवडतात, हे लक्षात येताच त्यांनी सबंध टोपलीच खरेदी केली.

मोतीमहालकडे परत येताना कांचनने टोमॅटोपासून तयार होणाऱ्या निरनिराळ्या सोळा रुचकर पदार्थांची माहिती भगवंतरावांना सांगितली. नटी म्हणजे अज्ञानकोश, या त्यांच्या आजपर्यंतच्या कल्पनेला त्या सोळा पदार्थांनी केवढा मोठा धक्का दिला! त्यांच्या मनात आले, पाकशास्त्राची माहिती देणारे एखादे मासिक जर अप्सरा पिक्चर्सने काढले, तर मिस कांचन त्याचे उत्तम रीतीने संपादन करतील.

जेवल्यानंतर कांचनच्या मनोरंजनाकरिता भगवंतरावांनी तिच्यापुढे चार-पाच वर्तमानपत्रे टाकली; पण वर्तमानपत्रांचा उपयोग वाचनापेक्षा वारा घेण्याच्या कामी अधिक होऊ शकतो, हे तिने त्यांना लवकरच पटवून दिले. हळूहळू ती डोळे मिटू लागली.

भगवंतराव म्हणाले,

"आता स्वस्थ झोपा तुम्ही! संध्याकाळी सत्कार आहे तुमचा."

"माझा?"

"हो." भगवंतराव हसत म्हणाले.

कांचनच्या मुद्रेवर मूर्तिमंत कृतज्ञता उभी राहिलेली दिसत होती.

तिने विचारले,

"भय्यासाहेबांनी ही व्यवस्था केली का?"

भगवंतरावांनी नकारार्थी मान हलविली.

लगेच कांचन म्हणाली,

"कित्ती कित्ती चांगले आहात तुम्ही भगवंतराव! उद्या मोठी नटी झाल्यावर मी तुमचे हे उपकार विसरणार नाही हं! मी आज आईला पत्रात तुमच्याविषयी काय काय लिहिणार आहे सांगू का?"

भगवंतरावांनी होकारार्थी मान हलविली.

पण कांचनने "इश्श! नको गडे!" असे म्हणून तोंडावर पांघरूण ओढल्यामुळे त्यांच्या कानांना अतृप्तच राहावे लागले.

मात्र कांचन झोपून उठेपर्यंत त्यांचे मन त्या तीन शब्दांभोवती पिंगा घालत होते :

'इश्श! नको गडे!'

या शब्दांचा अर्थ? अर्थ एकच होता. कांचनला त्यांच्याविषयी काहीतरी वाटू लागले होते. हे काहीतरी वाढत गेले तर...

कांचनचे आभारात्मक भाषण लिहून तयार करताना, ती उठल्यानंतर तिच्या चहाची व्यवस्था करताना आणि तिला मोठ्या ऐटीने थिएटरकडे घेऊन जाताना भगवंतरावांच्या अंगात संचारलेला शेख महंमद मोठमोठी मनोराज्ये करीत होता.

विश्रांतीच्या वेळी रंगभूमीवर सत्काराकरिता खुर्च्या ठेवण्यात आल्या. भगवंतराव, कांचन व गावातले रिकामटेकडे वक्ते या खुर्च्यांवर येऊन बसले. या वक्त्यांपैकी जे सर्वांत वृद्ध गृहस्थ होते, त्यांनी अप्सरा पिक्चर्सची नवी अप्सरा म्हणून कांचनचे रूपवर्णन करायला सुरुवात केली. म्हातारेबुवा या समारंभाकरिता पाच-सहा शृंगारपूर्ण संस्कृत श्लोक पाठ करून आले होते. श्रोत्यांच्या हशा-टाळ्यांना न जुमानता त्यांनी ते त्यांच्या गळी उतरविले.

अध्यक्षांचे प्रास्ताविक भाषण संपल्यावर पहिल्या वक्त्यांनी कांचनच्या गोड गळ्याची मनसोक्त तारीफ केली. या स्तुतीने कांचनचे गाल लाल होण्याऐवजी तिचा चेहरा फिकट का पडत आहे हे कोडे भगवंतरावांना उलगडेना! त्यांना वाटले, एवढी प्रचंड गर्दी तिने कधी पाहिली नसावी! त्यामुळे ती घाबरून गेली आहे!

पहिल्या वक्त्याचे भाषण संपताच कांचनने खूण करून भगवंतरावांना आपल्याकडे बोलाविले. ते जागेवरून उठलेही!

इतक्यात थिएटरचे मॅनेजर लगबगीने त्यांच्याजवळ येऊन म्हणाले,

"फोन आलाय तुमचा!"

"भय्यासाहेबांचा?"

"हो!"

"हा आलोच!" असं खुणेने कांचनला सांगून भगवंतराव घाईने फोन घेण्याकरिता निघून आले.

ते थिएटरातल्या फोनपाशी आले, तेव्हा टाळ्यांचा प्रचंड कडकडाट त्यांच्या कानांवर पडला. आता फोनवरून या रंगलेल्या सत्कार-समारंभाची माहिती भय्यासाहेबांना देऊन त्यांना चकित करून सोडावयाचे, असा विचार करीतच भगवंतराव बोलू लागले.

"मी... मी आहे भगवंतराव..." भगवंतराव बोलू लागले.

भय्यासाहेब म्हणत होते,

"हे पाहा भगवंतराव, काल तुम्हाला पुन्हा फोन करणार होतो ना? गडबडीत ते तसंच राहिलं. हे पहा, मला एक धीट गरीब पोरगी भेटली होती. तिला स्वयंपाक छान करता येतो; पण स्वयंपाकीण म्हणून तिकडे येण्याची तिची इच्छा दिसेना. नटी होण्याची भारी हौस तिला. अगदी वेडच म्हणानात! नि आज सकाळच्या गाडीनं ती आली असेल पाहा. अजून तुम्हाला भेटली नसेल तर चौकशी करा तिची!"

भगवंतराव उत्तरले,

"सकाळच्या गाडीनं फक्त मिस कांचन आल्या!"

"मिस कांचन...?" एवढाच उद्गार भय्यासाहेबांच्या तोंडून बाहेर पडला; पण त्यातला तीव्रपणा भगवंतरावांच्या कानांना चांगलाच जाणवला. भय्यासाहेब म्हणाले, "तुम्हाला वेडबीड तर लागलं नाही ना भगवंतराव? मिस कांचन कशी येणार? तिला दुसऱ्या कंपनीनं कालच पळवली. तिचं लग्न ठरलं होतं म्हणे एका मास्तराशी. त्या मास्तराला मध्ये घालून त्या डांबीस लोकांनी आपला डाव साधला! नाशिकपर्यंत धावपळ केली काल! पण... नुकताच परत आलो मी!"

भय्यासाहेब पुढे काहीतरी बोलले; पण थिएटरमधून हशा, टाळ्या व 'गाणं, गाणं, गाणं...' अशा आरोळ्या यांचा एवढा मोठा संमिश्र आवाज ऐकू येऊ लागला की, ते काय म्हणाले हे भगवंतरावांना कळलेच नाही! ते धावतच रंगभूमीकडे आले. आज सकाळी गाडीतून उतरलेली नटी थर्ड क्लासमधून का आली, तिचे टोमॅटोचे सोळा पदार्थ करण्याचे कौशल्य इत्यादी इत्यादी गोष्टींचा उलगडा त्यांना क्षणार्धात झाला होता!

रंगभूमीवर त्यांना जे दृश्य दिसले...

मिस कांचन थरथर कापत उभी होती. तिचा चेहरा इतका पांढराफिक्कट पडला

होता की, जणूकाही तिला कुणी फाशी द्यायलाच नेत आहेत! लोकं 'गाणं, गाणं' म्हणून मोठमोठ्याने ओरडत होते; पण तिला काही केल्या तोंड उघडायचा धीर होत नव्हता.

भगवंतराव मोठ्याने ओरडून म्हणाले,

"लोकहो! कृपा करून यांना गाण्याचा आग्रह करू नका!"

"का?" श्रोत्यांतून एकच प्रतिध्वनी उमटला!

"यांच्याऐवजी तुम्ही गाणार आहात की काय?" कुणीतरी मोठ्याने विचारले.

डोळे मिटून भगवंतराव उत्तरले,

"या मिस कांचन नाहीत! एक नव्या एक्स्ट्रॉ नटी आहेत! मला हे आत्ताच कळलं, नाहीतर..."

त्यांना पुढे बोलवेना. ते मटकन खालीच बसले!

अप्सरा पिक्चर्सच्या बोलपटात अस्वाभाविक प्रसंग फार असतात, असे म्हणणाऱ्या प्रेक्षकांचे तोंड या दिवसापासून बंद झाले!

मात्र कंपनीच्या आगामी बोलपटात 'मिस कांचन' हे नाव जाहीर करण्याविषयी भगवंतरावांना अनेक निनावी पत्रे येऊ लागली.

१९४०

■

शिकार

"कसली शिकार चालली आहे एवढी?"

त्यांनी चपापून खिडकीतून मागे वळून पाहिले.

मला खोलीत येऊन किती वेळ झाला, याची कल्पनाच नव्हती त्यांना.

मी मात्र आजच्या या निराळ्या दृश्याने गोंधळून गेले होते.

रात्री खोलीत पाऊल टाकले की, स्वारी आरामखुर्चीवर बसलेली दिसायची, हातांत बहुधा एखादी इंग्रजी कादंबरी असायची आणि सुंदर हरिणाच्या कातड्याने सुशोभित केलेल्या माझ्या आवडत्या खुर्चीत मी बसले की, वाचलेल्या भागातील गमती सांगायला सुरुवात व्हायची.

एकदा कुठल्याशा कादंबरीतील नायिकेच्या सौंदर्याचे मोठे रसभरीत वर्णन करणे झाले.

त्यावेळी मी थट्टेने म्हणाले,

"अशावेळी पश्चात्ताप होत असेल, नाही?"

"कसला?"

"माझ्याशी लग्न केल्याचा!"

त्यांनीही मौजेने उत्तर दिले,

"लग्न ही शिकार आहे एक. सिंहाची तयारी करावी, तेव्हा कुठे ससा मिळतो!"

मनुष्य शब्दांचा अगदी बंदा गुलाम आहे, हेच खरे ! लग्नाला शिकार गमतीने म्हटले त्यांनी! पण त्यामुळे माझ्या मनात नाही नाही त्या अभद्र कल्पना आल्या. माझ्या चेहऱ्यावरही त्यांचे अस्पष्ट प्रतिबिंब पडले असावे. माझ्या खांद्यावर स्निग्धपणाने हात ठेवून ते म्हणाले,

"पण सुधा, ही शिकार इतर शिकारीपेक्षा अगदी निराळी असते हं! एक सावज मिळाले की, दुसरे मिळविण्याचा शिकाऱ्याला मोह पडतो- अगदी कैफ चढतो. पण

एकदा लग्न झालं..."

पुढे न बोलता त्यांनी विलायतेत असतानाच्या आपल्या डायऱ्या कपाटातून काढल्या. डायऱ्या कसल्या? चांगली नोटबुकेच होती ती. त्यांच्या वडिलांनी त्यांना लहानपणापासून डायरी लिहिण्याची सवय लावली होती. एक डायरी उघडून तिचे पान त्यांनी माझ्यापुढे केले. ते वाचताच उलगडा झाला सारा. मोहाचे प्रसंग कुणाच्या आयुष्यात येत नाहीत? पण त्यांनी माझ्यावरील प्रेमामुळे टाळले होते ते! त्या पानावर त्यांनी लिहिले होते :

"मनुष्याचे मन कसे पतंगासारखे आहे. हजारो मैलांवरून सुधेचे प्रेमसूत्र मला सांभाळीत आहे म्हणून बरे. नाहीतर इथल्या विलक्षण वाऱ्यात ही वावडी कुठे वाहवत गेली असती कुणाला ठाऊक!"

वाङ्‌मयाचा प्रोफेसर होऊ इच्छिणाऱ्या, पण वडिलांचा कारखाना पुढे चालविण्याकरता धंद्यात शिरलेल्या मनुष्यात काव्य कसे लपून बसलेले असते, याचा प्रत्यय त्या लिहिण्यावरून मला आला. खडकातले पाणी फार खोल असते; पण ते तितकेच गोड असत नाही का?

कपाटातल्या डायऱ्या मला दाखवून ते म्हणाले,

"हव्या तेव्हा पाहत जा माझ्या डायऱ्या. डायरीचे इतर उपयोग काय असतील ते असोत! पण बायकोच्या मत्सरावर रामबाण औषध आहे ते!"

आता त्या दिवसाची आठवण होऊन मला वाटले, स्वारी काहीतरी गमतीचे उत्तर देणार. पण मागे वळून क्षणभर त्यांनी माझ्याकडे पाहिले आणि खिडकीतून पुन्हा ते बाहेर पाहू लागले.

मी जवळ जाऊन म्हटले,

"काय पाहणं चाललंय एवढं?"

"अंधार!"

"अंधारात शिकार कशी करायची याचा विचार चाललाय वाटतं?"

काहीतरी बोलायचे म्हणून मी बोलून गेले खरी! पण लगेच दशरथ राजाची गोष्ट आठवली मला. अंधारात हत्तीवर म्हणून त्याने बाण सोडला! पण आंधळ्या आई-बापांचा एकुलता एक आधार नाहीसा करण्याचे पाप लागले त्याला.

च्-च् काय भलतेच बोलून गेले मी!

तिकडले मन कशाने तरी विलक्षण खिन्न झाले आहे हे माझ्या लक्षात आले. मी टेबलाकडे वळले. आजची डायरी लिहून तशीच ठेविली होती तिथे.

'मजुरीत साडेबारा टक्के कपात केल्याशिवाय गत्यंतरच नाही. बाबांनी कारखाना काढला, तेव्हा धंद्यातली स्पर्धा आणि सरकारी धोरण यांच्या कात्रीत त्याचे तुकडे तुकडे होतील अशी कल्पनाही शिवली नसेल त्यांना. पण आजचा अनुभव?

स्वत:चा खर्च कमी करण्याकरिता सुधेची स्वतंत्र मोटार होती, ती काढून टाकली, माझे शिकारीचे लांबलांबचे कार्यक्रम रद्द केले. मजुरांची गरिबी कुणाला कळत नाही? पण करायचे काय? आज संध्याकाळी कपातीच्या नोटिशीवर सही केली. मात्र सही करताना पाणीदार डोळ्यांनी आपल्याकडे रोखून पाहणाऱ्या एखाद्या हरिणावर गोळी घालावी, तसे वाटले मला! या गोष्टीचे दु:ख करण्यात काय अर्थ आहे म्हणा. एका दृष्टीने सारे जग शिकारीच आहे की! आणि वर्षापूर्वी त्या मोहक हरिणाला मी मारले नसते, तर सुधेचे इतके आवडते झालेले ते सुंदर कातडे मला कधीतरी मिळाले असते का?'

इथेच मजकूर संपला होता. तो वाचून होताच मी माझ्या आवडत्या खुर्चीकडे पाहिले.

नकळत माझ्या पापण्यांच्या कडा ओलसर झाल्या. त्या खुर्चीवरील ते सुंदर कातडे- जणूकाही ती हरिणी सजीव होऊन माझा उपहास करीत आहे, असा भास मला झाला!

दुसऱ्या दिवशी ते कारवारकडल्या कुठल्याशा जंगलात शिकारीकरिता निघून गेले. कपातीमुळे कारखान्यात होणाऱ्या हाकाटीची मला चांगलीच कल्पना होती. अशावेळी त्यांनी जागेवर नसणे बरे, हे मलाही पटले. शिवाय जाताना ते म्हणाले होते तेही काही खोटे नव्हते,

"मन कठोर करायला शिकारीसारखं साधन नाही दुसरं!"

ते गेल्यानंतर रात्री अंथरुणावर पडल्या पडल्या त्यांचे हे वाक्य वारंवार आठवे. वाटे,

कठोरपणाखेरीज जगताच येऊ नये असे का हे जग आहे? त्यांचा तरी काय दोष होता? वडिलांनी देशी धंदा म्हणून कारखाना काढला. तो चालावा म्हणून आपली आवड बाजूला सारून, तिकडून एक प्रकारचा त्यागच केला. कारखान्याला मंदी जाणवू लागताच स्वत:च्या घरचा खर्चसुद्धा कमी करणे झाले. एवढ्यानेही भागेना! मग मजुरांचा पगार कापायचा नाहीतर करायचे तरी काय?

अशावेळी अर्धवट गुंगीत काहीतरी विचित्र स्वप्ने दिसत आणि मी घाबरून जागी होई. एकदा तर कारखान्यातून हरिणाचे कळपच्या कळप बाहेर धावत येताना दिसले मला! आणि त्यांच्या मागे बंदूक घेऊन लागलेली तिकडची स्वारी- अगदी घामाघूम होऊन जागी झाले मी. स्वत:च्या मनासारखे वैरी नाही कुणी! वाटायला लागले- शिकारीला गेले आहेत, तिकडे काही अपघात झाला तर? शेकडो मजुरांचा तळतळाट आपणाला बाधल्याशिवाय राहील का? मी शिकली-सवरलेली होते, नवसांवर माझा विश्वास नव्हता, आमच्या घरात देवही नव्हते; पण जिला

शरण जाता येईल अशी शक्ती जगात असती तर फार बरे झाले असते, असे त्यावेळी माझ्या मनात आल्यावाचून राहिले नाही. 'सारे जग शिकारीच आहे' हे त्यांचे वाक्यही असेच राहून राहून मनात येई! जगात शेराला सव्वाशेर असत नाही का? तसा शिकाऱ्याची शिकार करणारा कुणीतरी असणारच! ही कल्पना मनात येताच अंगावर काटा उभा राही. पाखरांसारखे पंख असते, तर भुर्रकन ते असतील तिथे गेले असते आणि त्यांच्या हातांतील बंदूक फेकून देऊन त्यांना घरी घेऊन आले असते. पण दररोज जिवाला सांभाळून राहण्याविषयी पत्र पाठविण्यापलीकडे मी काहीच करू शकले नाही.

आठ दिवस माझा जीव सारखा धुकधुक करीत होता. त्यामुळे दारात स्वारीची हसरी मुद्रा पाहताच विलक्षण आनंद झाला मला. नेहमीची पद्धत, म्हणजे आल्याबरोबर शिकारीच्या साग्रसंगीत वर्णनाला सुरुवात व्हायची; पण आजचा नूर काही निराळाच होता. चहा घ्यायच्या आतच स्वारी टेबलापाशी बसली. मी जाऊन पाहते, तो काहीतरी लिहिणे चाललेले.

"शिकारीचं वर्णन येणार आहे वाटतं एखाद्या मासिकात?"

"हो."

"कुठल्या?"

"कारखान्याच्या!"

खुर्चीवरून उठत त्यांनी नुकतीच लिहिलेली नोटीस माझ्या हातात दिली. मजुरांच्या पगारातली कपात रद्द केली होती त्यांनी!

चमत्काराच्या समुद्रात मी बुडून गेले अगदी! कपातीची नोटीस काढण्यापूर्वी त्यांनी किती चालढकल आणि किती विचार केला होता, हे काय मला ठाऊक नव्हते? मग शिकारीहून परत येताच ती नोटीस रद्द करण्याचे कारण काय? मध्यंतरी कारखान्यातले मजूर त्यांना भेटणार तरी कोठून आणि त्या जंगलात मध्यस्थी करायला जाणार तरी कोण?

चहा घेताना मी हळूच म्हटले,

"चमत्काराचं युग आहे हल्लीचं!"

"हो. कालच वाचलं कुठंतरी. साधूची सुसर झाली म्हणे!" मोठ्या आनंदाने हसत त्यांनी उत्तर दिले.

"इश्श!"

"नाही पटत? बरे, जग पाच वर्षे मागं गेलं आहे हे तरी आहे का कबूल?"

"कशावरून?"

"तूच सांगते आहेस!"

“मी?”

“हो. तू आज कशी दिसते आहेस सांगू? लग्न झाल्यावर आपण या बंगल्यात त्या दिवशी आलो...”

मी त्यांच्याकडे पाहिले. आनंदाने मनुष्य तरुण होतो हेच खरे! त्यांच्या चेहऱ्यावरील काळजीच्या रेषा नाहीशा झाल्यामुळे तेसुद्धा नेहमीपेक्षा लहान दिसत होते. कसला तरी आनंद त्यांच्या रोमारोमांत नाचत होता. या आनंदी डोळ्यांनीच ते माझ्याकडे पाहत होते यात शंका नाही.

चहा होताच ते लगबगीने कारखान्याकडे गेले. माझी जिज्ञासा अगदी उतू जाऊ लागली. मी प्रवासाच्या सामानातून त्यांची डायरी शोधून काढली आणि मधल्या आठ दिवसांची हकिकत वाचू लागले.

पहिल्या चार दिवसांचे वर्णन नेहमीप्रमाणेच होते; पण पाचव्या दिवसाची हकिकत वाचताना मात्र माझ्या अंगावर शहारे आले.

‘आज निराळ्या पद्धतीची शिकार करायचे आम्ही दोघांनी ठरविले. संध्याकाळी जंगलात जाऊन तेथील खोल खड्ड्यात बसायचे आणि रात्री काय काय सावजे मिळतात ती पाहायची. झाडावरून अगर सुरक्षित जागेवरून कुणीही शिकार करील; पण जंगली जनावराशी समोरासमोर सामना देण्यातच खरे धाडस आहे.

मनुष्यप्राणी स्वभावतः साहसी आहे, हे खरे; पण त्याच्या साहसी वृत्तीला सृष्टी मर्यादा घालते. तसे पाहिले, तर आम्ही दोघे होतो. पण त्या खड्ड्यात जाऊन बसल्यावर बाहेर पसरलेला अफाट अंधार जणूकाही आमच्या हृदयावरही अंमल गाजवू लागला. कशाला या फंदात पडलो असे झाले. दहा-साडेदहा वाजल्यावर जनावरांचे चित्रविचित्र संमिश्र आवाज ऐकू येऊ लागले. मधूनच उठून बॅटरीच्या प्रकाशात दूरवर काही दिसते का पाहावे, पुन्हा बॅटरी बंद करावी, असे चालले होते. आमच्या घरात बसून आकाशातील नक्षत्रांकडे पाहताना मोठी मौज वाटते. पण त्या खड्ड्यातून दिसणाऱ्या दोनच चांदण्या! त्यांच्याकडे पाहताना कालपुरुष आपल्याकडे डोळे मिचकावून पाहत आहे, असा विचार माझ्या मनात आल्यावाचून राहिला नाही. आमच्या हातांत बंदुका होत्या खऱ्या; पण गर्द अरण्य, गाढ अंधार आणि भयंकर जनावर या निसर्गाच्या शस्त्रांपुढे त्या लुळ्याच पडल्या असत्या. मुकाट्याने आम्ही खड्ड्याबाहेर आलो आणि बॅटरीच्या प्रकाशात सावधपणाने चालू लागलो. पदोपदी कुठून तरी हिंस्र श्वापद येईल असे वाटे. मृत्यूच्या त्या राज्यातून दीडदोन मैल आम्हाला जायचे होते. पाच हजार रुपयांच्या आशेनेसुद्धा अशा अपरात्री गरीब मनुष्य जिथे जाणार नाही, तिथे केवळ धाडस म्हणून आम्ही शिरलो होतो. मूर्खपणा पुष्कळदा वेषांतर करून धाडसाचे रूप घेतो, हे काही खोटे नाही.

आम्ही निम्मे अंतर चालून गेलो असू नसू. एकदम पानांचा सळसळ असा मोठा आवाज झाला. घाबरून जवळच्या एका मोठ्या झाडाकडे आम्ही दोघेही धावलो. झाडाच्या बुंध्याशी उभे राहून बॅटरीचा प्रकाश पाडला. तशा स्थितीतही आमच्या धैर्याचे आम्हाला हसू आल्यावाचून राहिले नाही. डोक्यावर लाकडाचा एक मोठा भारा असलेली बाई होती ती. प्रकाश दिसताच तीही घाईने पुढे आली. एक विटके अर्धेच लुगडे कसेबसे ती नेसली होती. आम्ही विचारायच्या आतच तिने आपली हकिकत सांगितली. दररोज जंगलातून मोळ्या नेऊन विकणे हा तिचा पोटाचा धंदा! नवरा मरून गेलेला! पदरात चार कच्चीबच्ची! तान्हे मूल आजारी असल्यामुळे दररोजची मिळकत तर मुळीच पुरत नव्हती. म्हणून संध्याकाळी अधिक लाकडे गोळा करण्याच्या नादाला ती लागली. अंधार पडला. त्यातच एका जनावराची चाहूल लागली. घाबरून वाट चुकून फिरफिर फिरली. घरी मुले भिऊन गेली असतील, म्हणून जीव मुठीत घेऊन चालली होती. आता लाकडाची मोळी जंगलात टाकून जाणे शक्यच नव्हते तिला. मोळी नाही, तर उद्या पेजेला तांदूळ नाहीत!

तिची हकिकत ऐकत असताना माझ्या हृदयाचे पाणी झाले. हातांत बंदुका असलेले आम्ही शिकारीसुद्धा जिथे सुखासुखी जाणार नाही, तिथे दररोज जिवावर उदार होऊन ती येत होती. गरिबी... पोट... पोटचे गोळे...

कारखान्यातील मजुरांची कपात एकदम माझ्या डोळ्यांपुढे उभी राहिली. माझ्या मजुरांत आणि त्या बाईत काय अंतर होते?

जगात प्रत्येकजण शिकारी आहे, असे मी थट्टेने नेहमी म्हणत असे. आज त्या बोलण्याचा खरेपणा विलक्षण रीतीने पटला मला! आमच्याऐवजी त्या बाईनेच शिकार केली, यात संशय नाही. माझ्या मनातला स्वार्थी, हिंस्र भाग तिच्या साध्या शब्दांनी एका क्षणात निर्जीव होऊन गेला.'

१९३६

तीन नंबरची खुर्ची

७०२

टोपी नीट बसली की नाही, हे आरशात पाहता पाहता माझी नजर जवळच्याच फोटोकडे गेली. माझ्या हृदयाच्या आरशातले त्या फोटोचे प्रतिबिंब चटकन माझ्या डोळ्यांपुढे उभे राहिले. त्या फोटोतली शांता- हे पाणीदार डोळे, नाजूक ओठ, उमलणाऱ्या फुलातून बाहेर पडणाऱ्या सुगंधाप्रमाणे या ओठांतून हळूच बाहेर येणारे लाडके शब्द- सारे कुठे गेले हे? आरशाप्रमाणे हृदयही समोर नसलेल्या गोष्टींना विसरून जात असते तर... वेषभूषित शांतेची सुंदर मूर्ती या आरशाने शेकडो वेळा पाहिली असेल; पण आपल्या हृदयात त्याने तिला जागा दिली नाही. उलट माझ्या हृदयात शांतेच्या कितीतरी मूर्तींचा संग्रह झाला होता. हृदय कसले? देव्हाराच झाला होता तो! शांतेला पाहायला गेलो त्यावेळी पाहिलेली शांता- पहिली दृष्टीभेट कधी कोण विसरते का? जीवनाच्या उद्यानातील गुलाबाचे पहिले फूल ते! अंतरपाट दूर होताच माझ्याकडे तिरप्या दृष्टीने पाहून एकदम खाली मान घालणारी शांता! तिचा पाठीवर रुळणारा विपुल केशभार व लज्जेमुळे विनम्र आणि अदृश्य झालेले मुख पाहून अमावास्येला चंद्राचे दर्शन न होणेच योग्य, अशी कल्पना माझ्या मनात त्यावेळी येऊन गेली होती! त्यानंतरच्या शांतेच्या मूर्ती तरी काय थोड्या होत्या? अतिपरिचयाने इतर वस्तूंची अवज्ञा होत असेल; पण सौंदर्याविषयीचा आदर वाढतच जातो. ताजमहाल कुठूनही आणि केव्हाही पाहिला तरी सुंदरच दिसतो. शांतेच्या बाबतीत माझेही तसेच झाले होते. विविध रंगांची लोकर विणताना संध्येप्रमाणे भासणारी शांता माझ्या हृदयमंदिरात असावी यात नवल नाही. पण पोळ्या लाटता लाटता आपल्या हातांचा नाजूकपणा त्यांना देणारी शांता देखील त्यात होती हे आश्चर्य!

या सर्व मूर्तींचे दर्शन होताच माझे मन द्विधा झाले. या मूर्ती- मूर्ती कसल्या त्या? केव्हातरी पाहिलेली सुंदर स्वप्ने, कधीतरी ऐकलेले मधुर सूर, कुठेतरी हुंगलेली सुगंधी फुले! आठवणींखेरीज माझ्यापाशी त्यांचे काय होते? या आठवणीही

नाहीशा झाल्या असत्या तर बरे नसते का झाले?

मी दचकून सभोवताली पाहिले.

एका बड्या संस्थानिकाकडून पहिल्यांदाच मला बोलावणे आले, त्यावेळी बॅगेत औषधे भरताना त्या कपाटापाशीच मी शांतेचे चुंबन घेतले होते. एन्फ्लुएंझाच्या साथीत काम करता करता मला ताप येऊन भ्रम होऊ लागला, त्यावेळी याच पलंगावर शांतेच्या अश्रूंनी मला न्हाऊ घातले होते. शरीर सर्व गोष्टी विसरून जाईल; पण अश्रूजलाने स्मृतिसुमने प्रफुल्लित ठेवण्यातच हृदय आनंद मानते.

टोपी टेबलावर फेकून देऊन शांतेच्या फोटोकडे पाहत मी आरामखुर्चीवर पडलो. थोड्या वेळाने माझे मन स्थिर झाले आणि माझ्या भावनाप्रधान वृत्तीचे माझे मलाच हसू आले. शांता माझी होती, तोपर्यंत मीही शांतेचा होतो. त्या प्रेमाचा आता काय उपयोग? शांता स्वर्गात आहे, मी मृत्युलोकात आहे. स्वर्गातल्या अमृताची आठवण करून भूलोकावरल्या भिकाऱ्याच्या पोटातली आग थोडीच विझणार आहे? माझ्या जीवनाच्या रंगभूमीवरील शान्तेचे नाटक संपले; आता कांतेचे सुरू होणार आहे. या नव्या नाटकात शांतेला लुडबुड करण्याचा काय अधिकार आहे?

टेबलाच्या खणातून मी कान्तेचा फोटो काढला. हातात कांता, समोर शांता! हातचे सोडून पळत्याच्या- पळत्याच्या कसल्या, पळून गेलेल्याच्या पाठीमागे लागण्यात अर्थ काय? कांतेच्या फोटोकडे मी अनिमिष नेत्रांनी पाहू लागलो. नाडी पाहण्याकरिता आज दोन महिने हातात धरलेला हा हात बोहल्यावर मी हातात घेईन, तेव्हा इतके दिवस, तिचे डोळे स्वच्छ असले की, डॉक्टर या नात्याने मला आनंद होई. आता ते लाजेने भरलेले दिसतील, तेव्हा शीतल वायुलहरींनी तीव्र उन्हाचे विस्मरण पाडावे, त्याप्रमाणे या विचाराखाली माझ्या शान्तेच्या आठवणी लोपून गेल्या. कांतेच्या वडिलांनी तिच्याविषयीची गोष्ट आजच माझ्याकडे काढली होती. उद्या सकाळी सात वाजता मी नेहमीप्रमाणे तिची प्रकृती पाहायला गेलो, की त्यावेळी माझ्या समक्ष ते तिची संमती विचारणार होते. जाता जाता माझ्या हातात कांतेचा फोटोही द्यायला ते विसरले नाहीत. कांतेला औषध देऊन मी बरे केले असेल; पण काही झाले, तरी माझे औषध मानवी बुद्धीने दिलेले! तिच्या फोटोत असलेली संजीवनी माझ्या औषधात कुठून येणार?

त्या फोटोतील नेत्रकिरणांनी माझ्या मनाला ग्रासू पाहणारा अंधार उजळवून टाकला. मनगटावरील घड्याळाकडे मी पाहिले. टेबलावरील टोपी उचलीत मी स्वत:शी म्हटले,

'सौभद्र सुरूसुद्धा झाले असेल की!'

दाराबाहेर पाऊल टाकतो, न टाकतो तोच एक तरुण संन्यासी रस्त्याने जात असलेला दिसला. त्याचा चेहरा मी ओझरता पाहिला; पण त्याचा वेष पाहून माझ्या

विचारांनी पुन्हा उचल खाल्ली.

ऐन तारुण्यात याने का बरे संन्यास घेतला असावा? ज्या मुलीवर याचे प्रेम होते, तिचे दुसऱ्याशी लग्न झाल्यामुळे याला संसाराचा वीट आला असेल का? की पत्नीच्या मृत्यूमुळे- छे! ते शक्य नाही. बायकोवर कितीही प्रेम असले, तरी तिच्या चितेची राख अंगाला फासून कुणी बैरागी बनत नाही जगात! अंत:करणाला धक्का बसल्यामुळे संन्यास घेणारा लाखांत एकसुद्धा असायचा नाही! कोण बरे असेल हा संन्यासी? आई-बाप, इष्टमित्र या साऱ्यांना सोडून कसले सुख मिळत असेल याला? बायको- लग्नसुद्धा झालं नसावं बिचाऱ्याचं. चेहऱ्यावरून तर पुरा पंचवीस वर्षांचासुद्धा नसावा! कुणी सांगावे? लफंगाही असेल एखादा! या मुंबईत जगातल्या सर्व चिजा भरल्या आहेत! संन्यास हे सोंगसुद्धा असेल बेट्याचे! 'सौभद्रा'त अर्जुन नाही का संन्यास घेत?

त्या संन्याशाविषयी विचार करता करताच मी नाटकगृहापाशी आलो. व्यवस्थापकांनी नमस्कार करून मला आत नेले आणि जवळजवळ रिकाम्याच असलेल्या पहिल्या रांगेतील तीन नंबरच्या खुर्चीवर मला बसविले.

मी रंगभूमीकडे पाहिले.

अर्जुन भेसूर ताना घेत प्रेक्षकांना आपली कुळकथा सांगत होता. नेहमीचा अर्जुन आदल्या दिवशी संध्याकाळी पळून गेला असल्यामुळे एरवीचे बळिरामदादा आज अर्जुन झाले होते. आजपर्यंत ज्या सुभद्रेला आपण बहीण मानीत होतो, तीच आज आपली बायको होणार या विचारामुळेच की काय, त्याची फार धांदल उडालेली दिसली. या नाटकात त्याला फक्त सुभद्राहरणच करायचे होते म्हणून बरे. अज्ञातवासात राहून बृहन्नडा म्हणून विराटाच्या मुलांना गाणे शिकविण्याचा प्रसंग जर या अर्जुनावर येता तर... तर पांडवांच्या कपाळी पुन्हा बारा वर्षे वनवास व एक वर्ष अज्ञातवास आल्याशिवाय राहिला नसता!

अर्जुनाच्या गाण्याविषयी हा विचार मनात येऊन गेला नाही, तोच व्यवस्थापक माझ्या कानाशी लागले.

''राग नाही ना येणार आपल्याला उठायला सांगितलं तर? तीन नंबरच्या खुर्चीलाच गिऱ्हाईक आलं आहे!''

''कुणी भाट्याबिट्या आहे वाटतं?''

''छे! साधाच आहे कुणीतरी! आताच्याच गाडीनं आलो म्हणतो. तीन नंबरच्या खुर्चीखेरीज दुसरीकडं कुठंच बसायला तयार नाही स्वारी!''

''विलक्षण दिसते स्वारी! पिऊनबिऊन नाही ना आली? नाहीतर मला चार नंबरवर बसणंसुद्धा अशक्य होईल.''

''तीन नंबरसाठी दहा रुपये द्यायला तयार आहे तो.''

अन्नछत्रात जेवणाराने मिरपूड मागू नये, त्याप्रमाणे नाटक फुकट बघणारानेही विशिष्ट खुर्चीचा हट्ट धरू नये. व्यवस्थापक त्या तीन नंबरवाल्याला आणायला बाहेर गेले आणि मी खालचा नंबर गाठला. व्यवस्थापकाबरोबर आत येणाऱ्या मनुष्याकडे मी कुतूहलाने पाहू लागलो. मघाशी रस्त्यावर दृष्टीला पडलेल्या संन्याशासारखा त्याचा चेहरा असल्याचा मला भास झाला; पण भासच तो! संन्यासी वेष बदलून नाटकगृहात येतो कशाला? नाटकातल्या अर्जुनाने संन्यास घेऊन सुभद्रा मिळवली, त्याप्रमाणे एखाद्या संन्याशाला गृहस्थाची वस्त्रे अंगावर घेऊन बायको थोडीच मिळणार आहे?

नारदाचे भजन, घटोत्कचाच्या आरोळ्या व सुभद्रेचा विलाप कानांवर पडत असताना मी मधूनमधून माझ्या शेजाऱ्याकडे चौकस दृष्टीने पाहत होतो. तीन नंबरच्या खुर्चीवरच त्याचे एवढे प्रेम का असावे ते मला कळेना. त्याचे तेजस्वी डोळे आणि धाडस व निश्चय यांच्या प्रतिमाच असलेले ओठ पाहून त्याच्याविषयी कुणाचाही अनुकूल ग्रह झाला असता. पण त्याने तीन नंबरच्या खुर्चीवरच बसण्याचा हट्ट का धरावा?

मी त्याच्याकडे पाहत आहे हे त्याच्याही लक्षात आले असावे. अंकाचा पडदा पडताच तो मला म्हणाला,

"माझ्याकरिता या खुर्चीवरून उठावं लागलं तुम्हाला. क्षमा करा हं मला!"

काहीतरी बोलायचे म्हणून मी म्हणालो,

"छे छे! त्यात काय आहे एवढं मोठं? तुमच्या नि माझ्या खुर्चीत असं काय अंतर आहे?"

"अंतर नसतं, तर मी तीन नंबरच्या खुर्चीचा हट्ट का धरला असता?" तो क्षणभर स्तब्ध बसला. नंतर माझ्याकडे वळून तो म्हणाला, "एका प्रिय व्यक्तीचं शेवटचं दर्शन मला याच खुर्चीवर झालं आहे. तिच्यावर बसायला मिळाल्यामुळे त्या व्यक्तीचा सहवास पुन्हा लाभल्याइतका आनंद झाला आहे मला!"

प्रेमवेड फक्त नाटकातच असते अशी माझी कल्पना होती. पण अर्जुनाच्या शेल्याला अरसिक म्हणणारी सुभद्रा आणि सुभद्रेच्या रत्नमाळेने जप करीत बसणारा अर्जुन या काव्यसृष्टीतल्या मंडळींवर माझ्या शेजारच्या गृहस्थाने ताण केलेली दिसली. ज्या खुर्चीवर मध्यंतरी याने जन्मातसुद्धा न पाहिलेली कितीतरी माणसे बसून गेली असतील! सूर्य मावळल्यावरही मागे त्याचा प्रकाश उरतो, त्याप्रमाणे खुर्चीवरून मनुष्य उठून गेल्यावरही त्याचा प्रेमळ स्पर्श मागे राहतो असे थोडेच आहे?

माझे मन नाटकावरून उडाले व त्या मनुष्याच्या आयुष्याविषयी विचार करू लागले.

या तरुण बुद्धिवान गृहस्थाला हे तीन नंबरचे वेड कुठून लागले? अंकामागून अंक गेले. पण माझ्या प्रश्नाचे उत्तर काही केल्या मिळेना! नुसत्या तोंडओळखीवर

याच्या पूर्वचरित्राविषयी चौकशी करणे असभ्यपणाचे झाले असते.

चौथा अंक संपत आला. आणखी एका अंकाने या गृहस्थाची व आपली ताटातूट होणार, या विचाराने माझ्या मनाला हुरहुर लागली.

चौथ्या अंकाचा पडदा पडताच तो माझ्याकडे वळून म्हणाला,

"काय डॉक्टर?"

कोटाच्या आतल्या खिशातून बाहेर डोकावणाऱ्या स्टेथॉस्कोपकडे पाहूनच त्याने मला डॉक्टर अशी हाक मारली असावी. पण परिचित मनुष्याप्रमाणे डॉक्टर अशी त्याने हाक मारताच मी चपापलो.

"डॉक्टर, अर्जुन फार शूर होता असं वाटतं का तुम्हाला?"

"वाटायचंय काय त्यात? त्याला भित्रा म्हटलं तर तो बेअब्रूची फिर्याद करील ना आमच्यावर? सारं महाभारत येईल त्याच्या बाजूनं साक्ष द्यायला!"

"आम्ही सौभद्राची साक्ष देऊ त्याच्याविरुद्ध. एवढा शूर अर्जुन! मग रुक्मिणीनं त्याला ओळखताच असा घाबरून आणि भांबावून का गेला हो तो?"

"रुक्मिणीशी युद्ध थोडंच करायचं होतं त्याला? सोंग घेतलं की, घाबरटपणा येतोच पाहा मनुष्यात!"

माझे वाक्य संपते न संपते, तोच व्यवस्थापक एका पोलीस अधिकाऱ्यासह आत आले. ते सहज आले असतील असे मला वाटले. माझ्या शेजारच्या गृहस्थाची तर दरवाजाकडे पाठ होती. पोलीस अधिकारी आमच्याकडे आले व त्यांनी एकदम तीन नंबरच्या खुर्चीवरील गृहस्थाचे हात पकडले. त्याने झटकन मान वळवून मागे पाहिले. त्याच्या तोंडावर स्मिताची रेषा झळकली. खुर्चीवरून उठत तो म्हणाला,

"मी पाचवा अंक पाहावा अशी या साहेबांची इच्छा दिसत नाही! तीन नंबरच्या खुर्चीवर बसा हवं तर तुम्ही आता! हो, सोंग घेतलं की, मनुष्य घाबरट होतो नाही? पाहा पाहू माझी नाडी."

पोलीस अधिकाऱ्यांनी त्याला हात पुढे करू दिला व मी त्याची नाडी पाहिली. नाडी अगदी शांत चालली होती.

"अर्जुन थोडासा भित्रा होता खरं..." मी त्याचा हात सोडीत म्हटले.

त्याच हाताने मला नमस्कार करून तो पोलीस अधिकाऱ्याबरोबर निघून गेला.

त्याला का पकडले हे व्यवस्थापकालाही ठाऊक नव्हते. तो चोर असेल असे मला मुळीच वाटेना. 'पांडु नृपति' व 'पुष्पपराग' ही पदे ऐकायला मी पुढे नाटकगृहात बसलो; पण तीन नंबरची खुर्ची रिकामी असूनही तिच्यावर मला बसवले नाही.

घरी जाऊन पलंगावर पडणार, तोच टेबलावरील दिव्याच्या किरणांत चमकत असलेल्या शांतेच्या फोटोकडे माझी नजर गेली. फोटोतली शांता हसत आहे असे

मला वाटले.

का बरं हसत असावी ती? तिला विसरून मी कांतेच्या नादाला लागलो म्हणून? मी फोटोजवळ जाऊन पाहिले. फोटोतली शांता नेहमीप्रमाणे शांत होती. दिव्याच्या किरणांमुळे ती हसत आहे असा मला उगीच भास झाला.

अंथरुणावर पडलो; पण काही केल्या मला झोप येईना. तीन नंबरची ती खुर्ची आणि तिच्यावर येऊन बसणारा तो प्रेमवेडा तरुण राहून राहून डोळ्यांपुढे उभे राहू लागले.

त्याला पोलिसांनी का बरे पकडले असावे? ज्या खुर्चीवर एकेकाळी त्याच्या प्रेमाचे माणूस बसले होते, त्या खुर्चीवर पुन्हा बसायला जागा मिळेल म्हणून त्याला केवढा आनंद झाला होता! त्याचे प्रेम सागराप्रमाणे अथांग, म्हणूनच त्यात या भावनेसारखे सुंदर रत्न निर्माण होऊ शकले. माझे शांतेवरील प्रेम! साठलेल्या पाण्याच्या तळ्याप्रमाणे... पाणी गेले, तळ्यातली कमळे गेली.

मी या कुशीवरून त्या कुशीवर आणि त्या कुशीवरून या कुशीवर किती वेळा झालो याची गणतीच करता येणार नाही. पण घड्याळातला लंबक सारखे हेलकावे घेत राहिला तरी तबकडीची फुटकी काच त्याला थोडीच सांधता येते! जिकडे पाहावे तिकडे शांतेचेच राज्य मला दिसू लागले. गोलमेजावरला तो जाळीचा रुमाल, आरशाच्या समोर लटकणारा मण्यांचा पोपट- एक ना दोन! माझ्या पायांशी असलेली चादर! या चादरीला शांतेच्या कोमल हातांचा कितीतरी वेळा स्पर्श झाला होता. चादर! तीन नंबरची खुर्ची!...

माझ्या हृदयात वणवा पेटल्यासारखे झाले. शांतेचा फोटो खाली काढून त्याच्याकडे बराच वेळ पाहत राहिलो, तेव्हा कुठे डोळा लागण्याइतकी शांतता माझ्या मनाला मिळाली.

डोळा लागला, तरी हृदयाच्या पापण्या कोण मिटणार? त्या झोपेतही उघड्या राहून भूत-भविष्यकाळांतील अनंत दृश्ये पाहत होत्या. आधीच निद्रा ही मूर्तिमंत काव्यदेवता! तिच्या कृपाछत्राखाली मनुष्य गेला की, त्याच्या कल्पनेला पंख फुटतात. मग कांतेची आशा व नाटकगृहातील प्रेमवेडा तरुण यांनी माझ्या पंख फुटलेल्या कल्पनेला आकाशात उंच नेले यात आश्चर्य कसले? तीन नंबरच्या खुर्चीवर बसलेला गृहस्थ एका स्वप्नात अर्जुन होऊन आला! याची सुभद्रा कोण बरे असावी असा मी विचार करतो, तोच त्याला पोलिसांनी पकडून नेऊन फाशीही दिले. फाशी देणाऱ्या मनुष्याचा चेहरा हुबेहूब नाटकातल्या बळिरामाप्रमाणे दिसत होता.

या इंद्रजालातून मी पुरा जागा झालो, त्यावेळी आठ वाजायला आले होते. कांतेच्या वडिलांना तर मी बरोबर साताला यायचे कबूल केले होते. परीक्षेच्या

मंडपाकडे उशिरा जाणाऱ्या विद्यार्थ्याप्रमाणे माझ्या अंत:करणावर निराशेची छाया पसरली.

दाढी व चहा या तोंडाच्या दोन गरजा कशाबशा भागवून मी घाईने कांतेचे घर गाठले. तिचे वडील माझी वाटच पाहत होते.

"कुठं दुसरीकडं गेला होता वाटतं?"

"हो." एक खोटा शब्द बोलणे अतिशय सोपे होते. तसाच प्रसंग आला, तर एका लक्षाधीश व्यापाऱ्याकडे पहाटे जावे लागल्यामुळे मला उशीर झाला एवढे सांगायचीसुद्धा माझी तयारी होती.

"आज सकाळी ठरवू असं मी म्हटलं काल; पण..."

आशेचा पूर्वजन्मीचा वैरी असा तो दोन अक्षरी शब्द ऐकताच माझे हृदय धडधडू लागले. ह्या 'पणा'च्या मागे कोणकोणती पिशाचे लपून बसली असतील कुणाला ठाऊक?

कांतेचे वडील बोलू लागले,

"सारं काही सुरळीत झालं असतं आज; पण तो काळ आला आणि वेळ गेली."

"म्हणजे?" त्यांच्या शेवटच्या वाक्याचा अर्थ न कळल्यामुळे मी उद्गारलो.

"तो 'नवाकाळ' आला सकाळीच! कुठल्याशा मनुष्याला थेटरात काल रात्री पकडल्याची बातमी आहे त्यात!"

रात्रीचा प्रसंग माझ्यापुढे एकदम उभा राहिला. मी आश्चर्याने विचारले,

"त्या बातमीचा कांतेशी काय संबंध?"

"काय संबंध ते तिचे तिला ठाऊक! मला मात्र संशय आला आहे एक! तुमचं औषध घेण्याकरता आम्ही प्रथमत: इथं आलो, त्यावेळी बोललोच होतो वाटतं मी!"

"असेल! नीट आठवत नाही काही मला."

"ही इथं कॉलेजात होती. पुढं कुणा पोराचं नि हिचं सख्य जमलं. त्याच्याबरोबर ही नाटकाला गेली एका रात्री! ते कळल्याबरोबर मी इथं आलो नि घेऊन गेलो हिला गावी! गावी गेल्यावर हिनं अंथरुणच धरलं."

"आलं लक्षात!" मी म्हणालो.

"तो 'नवाकाळ' बघताच लागली रडायला. चार दिवस गेले की येईल हो गाडी रुळांवर! ओढ्याचा पूर नि तरुणाचा नूर! मी येत नाही आत. तुम्हीच पाहा प्रकृती..."

मला पाहताच आरामखुर्चीवर पडलेली कान्ता उठून बसली. तिच्या हातात 'नवाकाळ' होता. खुर्चीवर बसता बसता मी त्या अंकाकरिता हात पुढे केला. जादा पुरवणी! पानाच्या आरंभी 'नाटकगृहात अटक' असा मोठा मथळा दिसला. मजकुराच्या मध्यभागी दिलेल्या फोटोकडे लगेच माझी नजर गेली. रात्री तीन नंबरच्या खुर्चीवर बसलेला तरुणच तो! उत्कंठा, आश्चर्य व भीती यांच्या संगमात मन बुडत

असतानाच मी खालील मजकूर वाचला :

'गेले सहा महिने पोलीस डोळ्यांत तेल घालून ज्याचा शोध करीत होते, तो आरोपी काल नाटकगृहात पकडण्यात आला. आरोपीचे नाव चंद्रकांत असून दिल्लीच्या कटाशी त्याचा निकटचा संबंध आहे असे पोलिसांचे म्हणणे आहे. चंद्रकांत कालच मुंबईला आला. तो प्रथमत: संन्याशाच्या वेषाने फिरत होता. गुजराथी व्यापाऱ्याचे सोंग घेतलेल्या पोलिसाने 'बोवाजी, मुंबईत तुम्ही काय करता?' असा प्रश्न त्याला केला. तेव्हा 'माझी देवता इथं आली आहे, तिचा शोध करतो!' असे त्याने उत्तर दिले. रात्री त्याला काय वाटले कुणाला ठाऊक! संन्याशाची वस्त्रे काढून ठेवून तो गृहस्थ बनला आणि नाटकगृहात गेला. तिथे तीन नंबरच्या खुर्चीवरच बसण्याचा त्याने हट्ट धरला, असे...''

''तीन नंबरची खुर्ची!'' कांता सद्‌गदित कंठाने म्हणाली.

''अगदी खरी आहे ही हकिकत. मी रात्री होतोच की, चार नंबरच्या खुर्चीवर!''

डोळे पुशीत कांतेने विचारले,

''तुमचं नि त्यांचं बोलणं झालं का काही?''

''कितीतरी! तीन नंबरच्या खुर्चीवर पहिल्यांदा मीच बसलो होतो. ही स्वारी आली तेव्हा मला उठून चार नंबर गाठावा लागला; पण पहिला अंक होताच क्षमा मागितली त्यानं माझी! 'एका प्रिय व्यक्तीचं शेवटचं दर्शन मला याच खुर्चीवर झालं आहे' हे त्याचे शब्द अजून माझ्या कानांत घुमताहेत.''

कांता ओक्साबोक्शी रडू लागली. मला ते पाहवेना. पण भरून आलेले आभाळ कोसळू लागल्यावर त्याला प्रतिबंध कोण करणार?

चंद्रकांताची पुढील हकिकत मी वाचू लागलो.

पोलिसांनी त्याला ताबडतोब दिल्लीला नेले होते.

थोड्या वेळाने शांत होऊन कांता म्हणाली,

''आज दुपारी आपण नाटकाला जाऊ या.''

मी आनंदाने मान डोलविली.

''ती तीन नंबरची खुर्चीच पाहिजे हं मला!'' चंद्रकांताच्या फोटोकडे पाहत तिने मला सांगितले.

आम्ही दोघे दुपारी नाटकाला जाणार आहोत हे कळताच कांतेच्या वडिलांचा आनंद गगनात मावेनासा झाला.

''चार दिवस तरी लागतील निवळायला असं वाटलं होतं मला; पण चार घटकासुद्धा लागल्या नाहीत की! असं असतं तरुणपण! म्हाताऱ्यासारखी रेंगाळत नाही बसायची तरुण माणसं!''

या आनंदाच्या भरात त्यांनी मला थोडा पोक्त सल्लाही दिला.

"वय विचारलंन् तुमचं, तर कमीच सांगा दोन वर्ष. तुम्ही विधुर असला तरी तुमचं वय आहे पहिल्याच लग्नाचं! पण या अलीकडच्या पोरी! भलतंच कुसपट काढून बसायच्या!"

नाटक मंडळींच्या व्यवस्थापकांना तीन व चार नंबरच्या खुर्च्या आमच्याकरिता ठेवण्याविषयी मी सांगताच त्यांच्याही तोंडावर हास्याची छटा उमटली!

"तीन नंबरच्या खुर्चीवर बसणाराला पकडून नेतात पोलीस!" ते हसत हसत म्हणाले.

"पाहू या की दुपारी!" मी उत्तर दिले.

तीन नंबरच्या खुर्चीवर कांता बसली होती; पण तिचे सारे लक्ष समोरील नाटकापेक्षा स्वत:च्या हृदयाच्या रंगभूमीवर चाललेल्या नाटकाकडेच असावे. त्या नाटकातले प्रसंग तिच्या डोळ्यांतल्या अश्रूंत प्रतिबिंबित झाल्यामुळेच की काय, मलाही अस्पष्टपणे दिसू लागले. कॉलेजात जाणारी चंद्रकांत व कांता, त्यांना एकमेकांविषयी वाटणारे आकर्षण, त्या आकर्षणाचे प्रेमात झालेले रूपांतर- चंद्रकांताच्या मनात प्रीतीचा पूर्णचंद्र प्रकाशत असतानाच देशभक्तीच्या सूर्याचा तिथे उदय झाला. सूर्यापुढे चंद्र फिक्का पडला. कांता व चंद्रकांत यांची शेवटची भेट नाटकगृहातच झाली असावी! दोघेही नाटकाला आली असावीत; कांता तीन नंबरच्या आणि तो चार नंबरच्या- कदाचित दोन नंबरच्याही असेल- खुर्चीवर बसला असावा! कांतेचा शेवटचा निरोप, ती आता बसली आहे तशी बसली असतानाच त्याने घेतला असावा!

पण तातडीने नाटकगृहात असा निरोप घेण्याचे कारण काय असावे? कितीही डोके खाजवले तरी योग्य कारण मला सुचेना! अन् सुचेल तरी कसे? असली कोडी मला सोडविता आली असती, तर मी डॉक्टरच्या जोडीला नाटककार अगर कादंबरीकार ही पदवीही कमावली असती!

मी सहज बाजूला वळून पाहिले.

कांतेच्या खुर्चीवरील तीन नंबरचा आकडा माझ्याकडे टवकारून पाहत आहे असे मला वाटले. तीन नंबरची खुर्ची- कांता ज्या खुर्चीवर बसली होती, तिच्यावर बसण्याकरिता काल चंद्रकांताने आपला जीव धोक्यात घातला आणि चार वर्षे शांतेच्या मधुर सहवासात घालवून मी तिला विसरून जाऊ लागलो होतो. माणसे दूर जातील; पण प्रेम कुठे जाईल? माणसे मरतात; पण प्रेम मरते काय?

दोन अंक झाल्यावर कांतेने फिरायला जाण्याची गोष्ट काढली. आम्ही मलबार हिलवर गेलो. तिथल्या हिरवळीवर खाली मान घालून कांता कितीतरी वेळ बसली.

तिच्याशी काय बोलावे हे मलाही सुचेना! शेवटी तीच रुद्ध कंठाने बोलू लागली,

"त्या रात्री आम्ही दोघे असेच नाटकाला गेलो होतो. तिसरा अंक झाल्यानंतर त्यांना कुणीसे बाहेर बोलाविले. थोड्या वेळाने ते आत आले व मला म्हणाले, आत्ताच्या आत्ता मला दिल्लीला गेले पाहिजे."

"कोणी आजारी आहे वाटतं?" मी विचारले.

"आई आजारी आहे! तार आली आहे."

"दिल्लीला कुठं गेल्या तुमच्या आई?" मी प्रश्न केला.

"ती माझीच आई नाही; तुझीही आहे, सर्वांची आहे!"

"मला त्यांच्या बोलण्याचा धड अर्थसुद्धा कळेना. ते घाईघाईने म्हणाले, नाटक संपेपर्यंत तू मात्र हलू नकोस इथून. कुणीतरी माझ्या पाळतीवर असेल कदाचित! मी नि तू बरोबर आलो असल्यामुळे तू इथं असलीस की, मी निघून गेल्याचा संशयही यायचा नाही कुणाला!"

"परत केव्हा याल?" मी धीर करून विचारले.

"परत? जिथून परतताच येत नाही अशा जागीही जावं लागेल कदाचित!"

माझ्या डोळ्यांत अश्रू उभे राहिलेले पाहून ते म्हणाले, "मुंबईत परत आल्यावर लगेच भेटेन तुला! तू बसली आहेस, ती खुर्चीच साक्षी आहे. नंबर तीन."

"नंबर तीन हेच त्यांचे कानांवर पडलेले शेवटचे शब्द!"

इतका वेळ कष्टाने धरलेले अश्रू कांतेच्या डोळ्यांतून वाहू लागले. मलाही आसवे आवरेनात. धंद्यामुळे, आयांच्या मांडीवर अंतकाळचे आचके देणारी मुलेसुद्धा मी पाहिली होती. तशा वेळी होणारी मनाची कालवाकालव कान्तेकडे पाहत असताना माझ्या अनुभवाला आली.

अश्रू आवरून कांता म्हणाली,

"डॉक्टर, मला बरी करण्याकरता तुम्ही जिवापाड श्रम केलेत. रोग्याचं हृदय पाहण्याचा डॉक्टरचा हक्क असतो. म्हणूनच... पण बाबांना या गोष्टी कोण समजून सांगणार? माझी प्रकृती थोडी बरी दिसली की, ते माझ्या लग्नाच्या गोष्टी बोलू लागतात. माझं लग्न... ती तीन नंबरची खुर्ची बाबांना दाखवली, तर 'खुर्चीसारखी खुर्ची आहे झालं.' एवढंच ते म्हणतील. पण मला ती खुर्ची बोहल्यासारखी..."

फिरून परत येताना कांतेला माझ्या बिऱ्हाडी आणून मी शांतेचा फोटो दाखविला. तो निरखून पाहून ती म्हणाली,

"डॉक्टर तुम्ही भाग्यवान होता... नव्हे... आहात!"

दुसरे दिवशी कांतेचे वडील मला म्हणाले,

"कांता फार आनंदात होती बुवा रात्री! नाटक मानवलंसं दिसतं हं तिला! नर्स होणार म्हणते आपण! विचार तर छान आहे! संसाररथाचं एक चक्र डॉक्टर असल्यावर दुसरं चक्र नर्स असणंच बरं!"

या चक्रम म्हाताऱ्याची समजूत कशी घालायची?

मी निमूटपणे निघून गेलो.

तिसरे दिवशी कांतेची प्रकृती पाहून मी जाऊ लागलो. माझ्या हातात एक मोगरीची माळ होती. कांतेच्या वडिलांच्या दृष्टीतून ती थोडीच लपून राहते? ते एकदम उद्गारले,

"वा! माळेपर्यंत मजल आली का? काय आतल्या गाठीची पोरगी आहे! माझ्याशी मात्र चकार शब्दसुद्धा काढला नाही तिनं अजून!"

म्हाताऱ्याच्या भ्रमाचा भोपळा फोडणे अशक्य होते. मी त्यांना माझ्याबरोबर घेऊन बिऱ्हाडी आलो. कांतेने दिलेली मोगरीची माळ शान्तेच्या फोटोला घालीत मी म्हणालो,

"ही माझी पत्नी शांता!"

मान डोलवीत ते म्हणाले,

"जोडा कसा छान आहे! आहे कसला? होता म्हणायचा. अहो, दोन जोड्यांपैकी एक हरवला की, दुसरा असून नसून सारखाच! पायात एकच जोडा घालून तर फिरायचं नाही जगात?"

जोड्यावरले हे म्हातारे काव्य ऐकून हसावे की रडावे, हेच मला कळेना!

मी मृदू स्वराने त्यांना म्हटले,

"कांतेशी मला लग्न करता येईल असं वाटत नाही!"

"ते का?"

"माझी पहिली बायको जिवंत आहे."

"जिवंत! कुठं आहे ती?"

"इथं!" मी हृदयावर हात ठेवीत म्हणालो.

"तुम्ही जिवंत आहात की नाहीत, हे तेवढं कळेल तिथं!" ते रागाने उद्गारले.

"मी जिवंत आहे, म्हणूनच शांताही जिवंत आहे!"

निराश दृष्टीने ते इकडेतिकडे बघू लागले. शान्तेच्या फोटोसमोरच टाकलेल्या आरामखुर्चीकडे पाहत त्यांनी मला विचारले,

"तीन नंबर कसला हो या खुर्चीवर? बाकी कुठल्याही खुर्चीवर नंबर दिसत नाही इथं!"

"तिनं घातला आहे तो नंबर." मी शांतेच्या फोटोकडे पाहत उत्तर दिले.

१९३१

∎

पूजा-स्थान

'गुणा: पूजास्थानं गुणिषु नच लिंगं नच वय: ।' पाचवीचे संस्कृत शिकवीत असताना वाक्य आले.

ओसाड माळावर मध्येच एखादा विशाल वृक्ष दिसावा, त्याप्रमाणे मला आनंद झाला. व्याकरणाच्या रूपांसाठी मुद्दाम रचलेल्या वाक्यात राज्यारोहण, लग्न, मृत्यू वगैरे प्रसंगांनिमित्त करण्यात येणाऱ्या कवितांइतकाच रस असल्यामुळे आत्तापर्यंत वर्गात वाक्यांचा अर्थ यांत्रिक रीतीने होत होता. पण कपिलाषष्ठीच्या योगाप्रमाणे भासणारे हे वाक्य येताच माझा शिकविण्याचा उत्साह वाढला. उजवीकडे बसलेल्या एका विद्यार्थ्याला पंप शूपासून फर कॅपपर्यंत न्याहाळून मी म्हटले,

"उठा की पांडुरंग आता! पंढरपूरचा पांडुरंग अठ्ठावीस युगं विटेवर उभा आहे. तुम्ही तितकेच दिवस वर्गातल्या बाकावर बसणार की काय?"

संधिवात झालेल्या मनुष्याप्रमाणे पांडुरंग कष्टाने उठला. कपाळाला आठी घालून त्याने माझ्याकडे पाहिले व नंतर उजवीकडे तोंड फिरवले. शेजारच्या मुलाने बिनतारी तारायंत्राने संदेश पाठविल्यास तो घेण्याचा उद्देश असावा! पांडुरंग पुस्तकाकडे डोळे व शेजारच्या विद्यार्थ्याकडे कान लावून बराच वेळ उभा राहिला. पण जमिनीत बीच नसले, तर केवळ काळ लोटला म्हणून रोप कुठून होणार?

पांडुरंगाचा बुद्धावतार पाहून मी वर्गभर दृष्टी फिरविली व म्हटले,

"कोण सांगेल याचा अर्थ? Hands up (हात वर करा)."

अवघ्या दोघांनी हात वर केले. एक शंकर कांबळी व दुसरी इंदुमती देसाई. बाकीचे पंधरा-वीस वीर, चक्रव्यूहाचा भेद कसा करावा हे माहीत नसलेल्या पांडवांप्रमाणे सचिंत चेहरे करून बसले होते.

इंदुमतीने हात वर केलेला पाहताच मी तिच्या भावाकडे वळून म्हटले,

"वा, भालचंद्र! धाकट्या बहिणीला हे वाक्य कळतं, नि तुला नाही? उद्या

तुला ही मागे टाकल्यावाचून राहत नाही खास.''

भालचंद्राने पुस्तकात तोंड खुपसले. त्याच्यापेक्षा वर्षाने लहान असलेल्या इंदूने त्याला यंदा पाचव्या इयत्तेत गाठले असल्यामुळे त्याला ती पाठच्या बहिणीपेक्षा पाठीमागे लागलेली वाघीणच वाटत असावी.

उभ्या असलेल्या पांडुरंगाकडे वळून मी म्हणालो,

''काय, विठाई माऊली, करता का भक्तावर कृपा? पायांत पंप-शू घातले, म्हणून विद्येत काही पाऊल पुढे पडत नाही. अनवाणी येणारा शंकर कांबळी बघ आता कसा अर्थ करील तो! बाकी शंकरापेक्षा इंदुमतीकडूनच तुझी खोड मोडली पाहिजे.''

स्त्रीकडून पराभव होण्याचा संभव दिसताच राघोबादादांनी मागे पाय काढला होता; पण आमच्या पांडुरंगरावांना याच गोष्टीमुळे स्फुरण चढले. अडखळत मधूनमधून 'ऊं, ऊं' करीत आणि दाराच्या फटीतून पाहावे त्याप्रमाणे पुस्तक व तोंड यांच्यामधून माझ्याकडे पाहत त्यांनी आपला अर्थ सांगितला. 'पूजा', 'लिंग' वगैरे ओळखीच्या शब्दांच्या वशिल्याने आपले काम फत्ते होईल असे वाटले असावे; पण 'शंकराच्या लिंगाच्या पूजेला बेल लागतो' या त्याच्या वाक्याने वर्गात हास्याच्या लाटांवर लाटा उठू लागल्या आणि त्याला मान खाली घालून बसावे लागले.

शंकर कांबळी व इंदुमती या दोघांनीही बरोबर अर्थ सांगितला. शरीरापेक्षा जशी हृदयाची, तशी शाब्दिक अर्थापेक्षा तत्त्वाची किंमत अधिक असल्यामुळे मीही या वाक्यावर मुलांना एक छोटेसे व्याख्यान दिले. आता त्यातले फारसे आठवत नाही म्हणा! पण खऱ्या गुणांनाच या जगात मान मिळतो; स्त्री-पुरुष, तरुण-वृद्ध, गरीब-श्रीमंत वगैरे भेद गुणसागराच्या भरतीत नाहीसे होतात, फुलाच्या बाबतीत रंगापेक्षा सुगंधालाच आपण महत्त्व देतो वगैरे गोष्टी त्यात नि:संशय असाव्यात. 'गुणिषु नच लिंगं' हे तत्त्व पटविण्याकरिता गार्गी-मैत्रेयी वगैरे पौराणिक, अहल्याबाई-लक्ष्मीबाई इत्यादी ऐतिहासिक आणि रमाबाई रानडे, सरोजिनी नायडू वगैरे आधुनिक स्त्रियांचे मी शाब्दिक संमेलनच भरविले. 'नच वय:' यांच्यावर मल्लिनाथी करताना मी मुलांना प्रथमत: ध्रुवाबरोबर आकाशात नेले. नंतर चिलयाबरोबर उखळात घातले आणि थोरल्या माधवराव पेशव्यांबरोबर लढाईवरही पाठविले. मास्तरांच्या या विद्वत्तेने चकित होऊन गेलेल्या विद्यार्थ्यांकडे अभिमानपूर्ण दृष्टीने पाहत मी म्हटले,

''गुणी मनुष्याच्या गुणांना जगात मान मिळतो. लिंग, वय, जात, पैसा यांच्यावर काहीच अवलंबून नाही. उद्या शंकर कांबळी आणि इंदुमती यांची जग पूजा करील; या पांडुरंगाला कुणीही विचारणार नाही.''

शाळेत मुलांच्या पुढे व्याख्यान देताना मला गुदगुल्या होत होत्या. पण घरी परत येऊन आरामखुर्चीवर पडल्यावर माझ्या मनाला कुणीतरी चिमटे घेऊ लागले.

'जगात ज्ञानाला जर एवढा मान आहे, तर तू वकिलीच्या पाठीमागे कशाला लागला आहेस? सेकंड एलएल.बी. नापास झाल्यामुळे वर्ष-सहा महिने या शाळेत काढायला तू आलास खरा; पण प्रवाशाला धर्मशाळेची जेवढी किंमत, तेवढीच तुला शाळेची! उडत्या पाखरानं वाटेत एखाद्या झाडावर विश्रांतीकरिता बसावं, त्यातली तुझी शिक्षकाची नोकरी! शाळेत बसल्या बसल्यादेखील पंधरा मैलांवर असलेल्या वेंगुर्ल्यात वकील झाल्यावर आपण काय करायचं या गोष्टी तू डोळ्यांपुढं आणतोसच की नाही?'

मनुष्य एक वेळ देवाला फसवील; पण स्वत:ला फसविता येत नाही. जगात गुणाची चहा होत असती, तर सज्जन उपाशी मेले नसते आणि शिक्षकांना उद्याच्या पिढीच्या शिक्षणाबरोबर स्वत:च्या उद्याच्या पोटाची काळजीही करावी लागली नसती. 'गुणा: पूजास्थानं' हे सुभाषित उत्तम आहे खरे! पण सुभाषिते तारकांप्रमाणे असतात; त्यांची चमक मनोहर असली, तरी व्यवहारात त्यांचा उपयोग बेताचाच! कागदी फुलाला जसा सुवास नाही अगर सुंदर पुतळ्याचा दृष्टिसुखाखेरीज जसा दुसरा काही उपयोग नाही, त्याप्रमाणे सुभाषिते वाचून मनाला आनंद होण्याखेरीज दुसरा काही लाभ होणे शक्य नाही.

दुपारचे व्याख्यान व त्याच्या अगदी विरुद्ध असे हे विचार निजेपर्यंत माझ्या डोक्यात घोळत होते. निरनिराळ्या रंगांचे मणी गुंफून जसे सुंदर तोरण होते, त्याप्रमाणे या भिन्न विचारांच्या धाग्यांनी विणलेले एक स्वप्न त्या दिवशी रात्री मला पडले.

ईश्वर शिक्षकाच्या वेषात येऊन आकाशाच्या फळ्यावर काही लिहू लागला. तारकारूपी अक्षरांपैकी काही चुकल्यामुळे ती त्याने मेघरूपी फडक्याने पुसून टाकली. सर्व फळा तारका-लिपीने गच्च भरून गेल्यानंतर त्याने माझ्याकडे वळून विचारले,

'Do you understand? समजलं का तुला?'

ईश्वराला इंग्रजी येत आहे असे पाहून मला आश्चर्य वाटले व मी आकाशफलकावर पाहू लागलो.

'या क्षणापासून जगात गुणांचे राज्य सुरू होईल. जात, धर्म, वर्ण, लिंग, वय वगैरेंनी बळकावलेली सिंहासने उद्या रिकामी होतील आणि प्रत्येक सिंहासनावर योग्य अशा गुणांचीच स्थापना होईल' अशा अर्थाचा मजकूर तिथे मला दिसला.

विस्मित होऊन मी दुसरीकडे पाहू लागलो. हातात सोन्याचे घड्याळ बांधून येणारा पांडुरंग काखेला झोळी लावून दारोदार भीक मागत असलेला दिसला. शंकर कांबळी एका सुंदर बंगल्यात राहून अध्यापकाचे काम करीत होता.

“काय शंकर, लग्न झालं का तुझं?” मी विचारले.

“झालं की! इंदू, अगं इंदू, हे बघ आपले मास्तर आले आहेत.”

मी आश्चर्यचकित होऊन पाहू लागलो.

इंदू बाहेर आली.

पाचवीत शंकर आणि पांडुरंग यांच्याबरोबर होती, तीच इंदुमती! ती शंकराला मिळाली काय? ठीक झाले. गुणाकडे गुण जायचाच.

“काय इंदूताई, तुझा भाऊ भालचंद्र काय करतो सध्या?”

उंदरांनी घरात कसलासा डबा पाडल्यामुळे मोठा आवाज झाला आणि मी जागा झालो. इंद्रधनुष्याप्रमाणे स्वप्नसृष्टी हा हा म्हणता लोप पावली. गर्भश्रीमंत पांडुरंग, मध्यम स्थितीतील इंदुमती व अठराविसे दारिद्र्यात वाढणारा शंकर कांबळी यांच्या जीवनसरितांचा ओघ माझ्या स्वप्नाप्रमाणे या जगात वाहील काय? गुण हाच देव, हे तत्त्व मान्य झाले तर माझे स्वप्नच खरे ठरेल.

दुपारी शाळेत गेलो, तेव्हाही पौर्णिमेच्या चांदण्यात हलणाऱ्या झाडाच्या सावलीप्रमाणे ते स्वप्न माझ्या मनात हळूच तरंगत होते. वर्गात जाऊन बसल्यावर मी चोहींकडे दृष्टी फेकली. पांडुरंगराव आपल्या नाटकी पोशाखात हजर होते. शंकरच्या कोटाचे ठिगळ नेहमीप्रमाणेच मला आजही दिसले. इंदुमतीच्या केसांतील गुलाब व सोनचाफा पाहून रात्रीच्या काळोखाला उजळणाऱ्या अरुणच्छटांची चिरपरिचित कल्पनाच माझ्या मनात आली.

या गोष्टीला जवळजवळ दोन वर्षे होत आली. वेंगुर्ल्याला माझी वकिली छान चालू लागली होती. अर्धस्फुट कळ्यांप्रमाणे दिसणारे मुलामुलींचे चेहरे, पाखरांच्या किलबिलाटाप्रमाणे चालणारी त्यांची गोड गडबड, वसंतवायूप्रमाणे भासणारे त्यांचे निष्पाप हास्य, यांच्यामुळे माझी शिक्षकाची नोकरी वसंतऋतूप्रमाणे आनंददायक झाली होती; पण गेले वर्ष-दीड वर्ष हा वसंतऋतू जाऊन त्याच्या जागी शिशिर आला होता. वाळलेल्या पानांप्रमाणे वाटणारे प्रौढ पक्षकार आणि हिवाळ्यातील वाऱ्याप्रमाणे अंगावर शहारे आणणाऱ्या त्यांच्या खऱ्या-खोट्या हकिकती हेच वकिलाचे जग असते.

एके दिवशी पक्षकाराचे कागद चाळीत बसलो असता अचानक एक लग्नपत्रिका आली. पाहतो, तो इंदुमतीचे लग्न पांडुरंगाच्या थोरल्या भावाशी ठरलेले! इंदुमतीच्या आग्रहावरून तिच्या वडिलांनी ती पत्रिका मला पाठविली असावी असा मी तर्क केला.

माझ्याविषयी तिला वाटणाऱ्या आदराचे ऋण फेडण्याकरिता मी लग्नसमारंभाला गेलो. मला पाहताच इंदू लाजून दुसरीकडे पाहू लागली.

"लग्नापर्यंत आमची आठवण ठेवलीस तू! पुढं मूल झाल्यावर राहील का पण?" मी थट्टेने तिला म्हटले.

"तुम्हाला बारशालाच बोलावील ना हो ती!" तिच्या वडिलांनी उत्तर दिले.

मी इंदूकडे पाहिले.

मूर्तिमंत आशा आनंदाचा शालू नेसून माझ्यापुढे उभी राहिली होती. मला तिचे मधुर स्मित उष:कालाप्रमाणे आणि नेत्रांतील गोड चमक सूर्योदयासारखी वाटली. 'इंदू' असे नाव कोरलेली एक अंगठी मी तिला अहेर म्हणून दिली.

लग्नाच्या निमित्ताने माझे या गावी येणे झाले होते. ओळखीच्या सर्व विद्यार्थ्यांची मी चौकशी केली. पांडुरंगराव अजून पाचवीतच घुटमळत होते. पाच यत्तांपुढचे वर्ग गावात नसल्यामुळे मुलगी म्हणून इंदू व गरीब म्हणून शंकर या दोघांनीही विद्यादेवीचा निरोप घेतला होता. शंकर मुंबईला एका गिरणीत कारकून म्हणून राहिल्याचे कळले. त्याचा बाप इंदूच्या सासरची जमीन खंडाने करीत होता. मुलाकडून काही मदतबिदत होते का, म्हणून विचारताच तो म्हणाला,

"मास्तरांनु, कुठली मदत नि कुठलं काय? चाकरी सस्ती, पण ममईची वस्ती..."

इंदूचा भाऊ भालचंद्र हा मात्र यंदा मॅट्रिक झाला होता.

सुमारे दोन वर्षांनंतरची गोष्ट. नाताळच्या रजेवर जिवाची मुंबई करून घ्यावी, म्हणून मी बोटीवर चढलो. पडावातल्या माणसांकडे पाहता पाहता एका मनुष्यावर माझी दृष्टी खिळली. तो बहुधा शंकर कांबळीच असावा. त्याच्या अंगावरील फाटका कोट पाहून मला कसेसेच वाटले. पाचव्या यत्तेतला हा हुशार मुलगा चार-पाच वर्षे झाली तरी पूर्वीसारखाच दरिद्री राहिलेला. याच्या अंगच्या गुणाचे जगाने काय चीज केले? वठलेले झाड शून्य दृष्टीने फुललेल्या वृक्षवेलींकडे पाहते, त्याचप्रमाणे जगात आयुष्य कंठण्याकरताच का हा जन्माला आला? वल्ह्यांनी उसळणारे पाणी सूर्यप्रकाशात चमकत होते. हे पाणी समुद्राच्या तळाचे असेल. वर येऊन चमकण्याची संधी त्याला मिळाली. समाजसमुद्रातील तळाच्या पाण्याला एवढीदेखील संधी मिळू नये ना?

खलाशी अपर क्लासमध्ये माझे सामान घेऊन गेला. मी मात्र शंकरशी बोलण्याकरिता खालीच उभा राहिलो. त्याची आई अर्धांगवायूने अंथरुणाला खिळली होती; बाप शेतावर राबून कुटुंब चालवीत होता.

"चाललास कुठं तू आता?" मी पुढे विचारले.

"मुंबईला. कुठंतरी नोकरी शोधली पाहिजे. गिरण्या तर बंद. तुमची कुठं ओळख आहे का सर?"

नकारार्थी मान हलवीत मी खेदाने म्हणालो,

"काय करायचा विचार आहे पुढं तुझा?"

"मोटार ड्रायव्हर व्हावं म्हणतो. पण मुंबईची ती हवा नि अन्न यांची आठवण झाली, म्हणजे आपली बोट मुंबईला जाऊन पोहोचण्यापेक्षा समुद्रात मधेच बुडालेली बरी असं वाटायला लागतं बघा!"

त्याच्याकडे मी निरखून पाहिले. त्याच्या काळवंडलेल्या चेहऱ्यावरून त्याच्या आशांची राखरांगोळी झालेली स्पष्ट दिसत होती. इंग्रजी पाच यत्ता झालेल्या मनुष्याला कुठली व कसली नोकरी द्यायची? पण पाच यत्तांच्या पुढे गरिबीमुळे पाऊल पडले नाही, यात त्याचा काय अपराध होता?

"मग बसू या बोलत..." असे शंकरला सांगून मी वर गेलो.

कठड्याला रेलून एक मुलगी पाठमोरी उभी होती. ती इंदू असावी असे वाटून मी जवळ गेलो.

कुणीतरी जवळ आल्यासारखे वाटताच तिने तोंड फिरविले. ती दुसऱ्या पडावात बसली असल्यामुळे मला आतापर्यंत दिसली नव्हती.

"काय इंदूताई, कुणीकडे चालला?"

"नाशकाला..." तिचा आवाज मला घोगरा वाटला.

"सहज, की..."

"घरात आजारी आहेत!"

"काय होतंय?"

"ताप येतो संध्याकाळचा. खोकलाही आहे!"

क्षय ही दोन अक्षरे अग्निज्वाळांप्रमाणे माझ्या मनाला चाटून गेली. विषय बदलण्याच्या हेतूने मी म्हणालो,

"इंदू, बरीच वाळलीस की!"

"देवावर आज घातलेलं फूल उद्या सुकतं! माझ्या लग्नाला तर दोन वर्षं होत आली."

"पांडुरंग काय करतो सध्या?"

"शाळा सोडली आहे त्यांनी! लग्नही झालं त्यांचं नुकतंच! केबिनमध्ये बसले आहेत ते नि जाऊबाई!"

"वाचनबिचन चालू आहे, नाही, पुढं तुझं?"

"आयुष्याचाच मोठा ग्रंथ झाल्यावर इतर पुस्तकं वाचायला वेळ कुठून मिळणार?"

"म्हणजे?"

"काय सांगू सर? शाळेत संस्कृत चांगलं असलं, म्हणून पुढं नशीब काही

चांगलं असत नाही!''

तिच्या डोळ्यांतून अश्रू ठिबकू लागले. मी समोरच्या समुद्राकडे पाहू लागलो. युगानुयुगं इंदुमती व शंकर यांच्यासारखी निरपराधी गुणी माणसे जे अश्रू ढाळीत आली आहेत, त्यांचाच हा समुद्र झाला असावा असे मला वाटले. इंदुमतीशी बोलता बोलता तिचे आईबाप वारल्याचे व भालचंद्र चांगल्या रीतीने इंटरपास झाल्याचे कळले.

मोठ्या जहाजांना खाडीपेक्षा समुद्र बरा, त्याप्रमाणे किफायतशीर वकिलीला तालुक्याच्या गावापेक्षा जिल्ह्याचे गाव बरे, असे वाटून मी लवकरच रत्नागिरीला गेलो. देवदयेने तिथेही माझे बस्तान चांगले बसले.

हा हा म्हणता रत्नागिरीत तीन वर्षे निघून गेली आणि माझ्या बायकोचे वजन पूर्वीपेक्षा दोन-तीन शेर सोन्याने वाढले. पूर्वी पोस्टाशी पत्रे टाकण्यापुरताच माझा संबंध येत असे. आता तो दृढ होऊन त्याची मजल बँकबुकापर्यंत आली होती.

एके दिवशी सकाळी मी माझ्या कामाच्या खोलीत एका आरोपीचा कसा बचाव करायचा, याचा विचार करीत बसलो असताना पांडुरंग माझ्या खोलीत आला. पूर्वीपेक्षा तो आता अंगाने भरला होता. मिशांमुळेही त्याचा चेहरा किंचित निराळा भासत होता. पण पायाखालच्या वाटेचे बाह्यरूप थोडे बदलले, म्हणून काही मनुष्य ती विसरत नाही.

नमस्कार-चमत्कार होताच त्याने आपले काम काढले. दोन बाबतींत त्याला माझा सल्ला हवा होता. शंकर कांबळ्याच्या बापाने दुरुत्तरे केल्यामुळे त्याचे उभे पीक पांडुरंगाने कापविले होते. दुसरे काम भावजयीसंबंधी होते. घरात आपल्या बायकोशी तिचे पटत नसल्यामुळे आपण पोटगी देऊन हा काटा घरातून बाहेर काढणार आहो असे त्याने सांगितले. इंदुमतीच्या वैधव्याची ही बातमी मला वज्राघातासारखी वाटली. तिला मूलबाळ काहीच नव्हते. पाच वर्षांपूर्वी फुलासारखी असणारी इंदुमती आज जगाला काट्याप्रमाणे वाटू लागली. तिची बुद्धी, तिचे रूप, तिचा गोड स्वभाव या सर्वांची किंमत शून्यच व्हावी ना?

या दोन्ही बाबतींत 'मला तुला मदत करिता येणार नाही', असे मी सांगताच पांडुरंग तावातावाने म्हणाला,

''तुम्ही आमचे पूर्वीचे मास्तर, म्हणून मी मुद्दाम तुमच्याकडे सल्ला घ्यायला आलो. नाहीतर वकील काय पैशाला पासरी मिळतात. बाकी तुमचा सल्ला घेऊन तरी काय करायचंय म्हणा! मुलखावेगळं तुमचं मत असायचं! त्या शंकर कांबळ्याला वर्गात डोक्यावर चढवून ठेवला होतात! आता जाऊन बघा की मुंबईत! दारू पिऊन गटारात पडते स्वारी.''

"काय करतो तो हल्ली?" मी उत्सुकतेने प्रश्न केला.

"मोटार ड्रायव्हर आहे."

पांडुरंग निघून गेल्यावर शेजारचे सोनार मला दाखवण्याकरता एक अंगठी घेऊन आले.

"चोरीबिरीचा माल नाही ना वकीलसाहेब? पाहा जरा!" असे म्हणून त्यांनी ती माझ्या हातात दिली. ती पाहताच मी चपापलो. 'इंदू' ही अक्षरे अद्यापिही तिच्यावर अस्पष्ट दिसत होती. चौकशीअंती वेंगुर्ल्याकडल्या एका गृहस्थाने ती या सोनाराकडे आणली होती, असे कळले.

"त्या गृहस्थानंही अशी आडगिऱ्हाइकीच घेतली होती ही!" असे त्यांनी मला सांगितले.

"मी विकत घेतो ही अंगठी..." असे म्हणून मी त्यांची बोळवण केली.

खिन्न विचारांच्या जाळ्यात अडकून पडलेल्या मनाला विषयपालट मिळावा, म्हणून मी त्या दिवशीचे वर्तमानपत्र वाचू लागलो. पण मला त्यातली अक्षरे अस्पष्ट दिसू लागली.

वर्तमानपत्र दूर फेकून देऊन समोरच्या श्रीकृष्णाच्या चित्राकडे मी शून्य दृष्टीने पाहत बसलो. माझा धाकटा भाऊ खोलीत येऊन म्हणाला,

"दादा, वेळ आहे तुम्हाला?"

"आहे की!"

"हे संस्कृत वाक्य मला जरा समजावून सांगा हं. गुणाः बहुवचन आणि पूजास्थानं हे एकवचन. चूक नाही का हे?"

सात वर्षांपूर्वी इंदुमती, शंकर व पांडुरंग यांच्यापुढे वर्गात ज्याच्यावर व्याख्यान दिले होते, तोच चरण हा! त्यावेळी तो देवासारखा वाटला होता; आज तो भुतासारखा भासत होता.

मी काहीच बोलत नाही असे पाहून भाऊ म्हणाला,

"काय, दादा?"

"विसरून गेलो रे मी सारं व्याकरण! विचार करून सांगेन मग!"

तो निघून जाताच मी वर्तमानपत्र पुन्हा हातांत घेतले. पाहतो, तो भालचंद्र इंग्लंडातील उच्च परीक्षा उत्तीर्ण झाल्याची बातमी!

खालून धाकट्या भावाचे पाठांतर ऐकू येत होते :

'गुणाः पूजास्थानं गुणिषु नच लिंगं नच वयः।'

१९३०

■

हवालदारांचा सत्याग्रह

रात्रीचे अगदी जीवश्चकंठश्च मित्र कोण? कॉलेजातील मुले उत्तर देतील : 'कवी.' पण सारेच कवी काही रात्रीवर लुब्ध नसतात! सकाळ-संध्याकाळची वर्णने करणारे हजारो कवीही आजपर्यंत होऊन गेले आहेत आणि भरदुपारचे चिंतन करण्याची पाळी तर कवींवर नेहमीच येते. म्हणतात ना, 'मध्यान्हकाळ फार कठीण आहे!' ती पोटात पेटलेली आग- त्या आगीची पर्वा न करता ओरडणारे कावळे- जाऊ द्या ते. हे वर्णन करायला आपण कवी थोडेच आहो? सांगण्याचा मुद्दा एवढाच की, कवी हे काही रात्रीचे खरेखुरे मित्र नव्हेत. नाटकवाल्यांची दोस्तीही यांपैकीच! बुधवार-शनिवारच्या रात्री त्यांना आवडत असतील; पण आठवड्यातल्या सातही रात्री त्यांना आवडलेल्या कुणी पाहिल्या आहेत का? सिनेमाची मैत्री झाली, तरी अर्धवटच. रात्रीचे आणि सिनेमाचे बरोबर बारा वाजतात, हे खरे; पण बारा वाजल्यानंतरही रात्रीचे साम्राज्य सुरूच असते. असले अर्धवट मित्र सोडून दिले, तर रात्रीचे खरे मित्र फारच थोडे उतरतात. घुबडे, झोपाळू माणसे, वेश्या, चोर आणि—

—आणि कोण बरे? जिथे साप फार, तिथेच सापावरली औषधे पुष्कळ. रात्र चोरांना प्रिय, अर्थात ती चोरी शोधणारांनाही प्रियच. कदम हवालदार अंधार मी म्हणत असताना या वेळी पोलीस ठाण्यातून बाहेर पडले होते, याचे दुसरे कोणते कारण असू शकणार? त्यांच्या बिऱ्हाडी ढेकूण आणि पोरे फार झाली होती, हे खरे; पण त्यांच्या त्रासाला कंटाळून ते बाहेर पडले होते, असे मात्र नाही. फार त्रास झाला, की ते त्या दोघांनाही मारीत असत. (ढेकूण व पोरे यांना मारण्याचे त्यांचे मार्ग निरनिराळे होते, हे कबूल केलेच पाहिजे.)

रात्रीची शोभा पाहायला ते घराबाहेर पडले होते, असेही नाही. कवी आणि पोलीस हे दोन्ही एका शरीरात कधीतरी राहतील का? शिवाय हवालदारसाहेबांना दिवसातून इतक्या इरसाल शिव्या द्याव्या लागत असत की, आपल्या मातृभाषेत

मृदू शब्द आहेत याची आठवणच ते विसरून गेले होते. बढतीची आशा दाखवून एखाद्या वरिष्ठाने कधी काळी जर त्यांना काव्य लिहायला लावलेच असते, तर त्यांनी कोणत्या प्रकारचे कल्पनाचातुर्य दाखवले असते हे सांगणे कठीण आहे. अंधाऱ्या रात्रीचे वर्णन करताना काळा डगला अगर आपली बायको यांच्याशिवाय त्यांना दुसरे कोणतेच उपमान सुचले नसते. आकाशातल्या चांदण्या पाहून स्वर्गात देव विड्या ओढीत आहेत आणि त्यामुळे आकाशात ठिणग्या उडत आहेत, इतकेच फार तर त्यांच्या कल्पनेने उड्डाण केले असते.

त्यांच्या वरिष्ठांनी त्यांना नुकतेच बढतीचे आमिष दाखविले होते; पण या बढतीची अट मात्र अगदीच व्यावहारिक होती. अंधारात आस्ते कदम चालत चालत हवालदारसाहेब वरिष्ठांच्या त्या अटीचेच चिंतन करीत होते.

'शिरपुरात चार महिन्यांपूर्वी जंगलसत्याग्रह झाला होता, ही गोष्ट तुम्ही विसरू नये. आग बाहेरून विझली, तरी आत धुमसत असते. शिरपुरातही गुप्तपणाने काही सत्याग्रही अजून चळवळ करीत असतील. डोळ्यांत तेल घालून तुम्ही या चळवळ्या लोकांना शोधून काढले पाहिजे. शिरपुरात तुमची नुकतीच बदली झालेली आहे. तुम्ही चांगली कामगिरी केल्यास तुम्हाला स्पेशल बढती मिळेल. तरी चळवळ्या लोकांना शोधून काढण्याच्या बाबतीत कोणतीही हयगय करू नका.'

दोन दिवसांपूर्वी आलेले हे पत्र (हवालदार त्याला डी.ओ. म्हणत! 'देव' या मराठी शब्दांचे ते इंग्रजी रूपांतर आहे, अशी त्याची समजूत होती.) कदमांना जवळजवळ तोंडपाठ झाले होते.

स्पेशल बढती मिळाली तर किती बरे होईल! या पोरांच्या पायी भरपूर विड्यासुद्धा ओढायला मिळत नाहीत. बढती मिळाली तर... भरपूर विड्या मिळतील, चार पैसे शिल्लक राहतील आणि नावही मिळेल आपल्याला, बस्स! पोरांच्या बढतीवर पगाराची बढती हेच औषध!

वरिष्ठांच्या पत्राने कदमांची महत्त्वाकांक्षा प्रज्वलित झाली आणि मध्यरात्री गावात फेरफटका करण्याचा उपक्रम त्यांनी सुरू केला. सोबतीला बरोबर शिपाई घ्यावा असे एक वेळ त्यांना वाटले. पण शिपाई आला की, प्राप्तीचा अर्धा वाटा गेला! शिवाय शिरपूरसारख्या लहानशा गावात भिण्यासारखे नव्हतेच काही मुळी! रात्रीच्या वेळी फिरून काही फायदा होणार नाही असा विचारही त्यांच्या मनात एकदा येऊन गेला; पण दिवसा तर कसलाच पत्ता लागणे शक्य नव्हते. उजाडले की, गावातले सारे लोक आपल्या उद्योगधंद्याला लागत.

कदमांनी दोन दिवस अगदी बारकाईने गावातल्या सर्व गोष्टी पाहिल्या होत्या. पण त्यांना सत्याग्रह हा शब्दसुद्धा कुठे ऐकू आला नाही. 'काहीतरी गुप्त कारस्थान सुरू असले पाहिजे गावात!' ते स्वतःशीच म्हणाले. पुरलेला पैसा पायाळू मनुष्य

शोधून काढतो, त्याप्रमाणे गावातील गुप्त कट आपण हुडकून काढला पाहिजे, असा त्यांनी आपल्या मनाशी निश्चय केला. त्या निश्चयाचे फळ म्हणजे त्यांची अंधाऱ्या रात्रीची फेरी! जिवावर उदार झाल्याखेरीज सत्याचा शोध जगात कोणाला लागला आहे?

हळूहळू कदम गावाच्या चौकात आले. जिकडेतिकडे अगदी सामसूम होते. दिवसा एवढा गजबजलेला बाजार! पण मधमाश्यांनी भरलेले पोळे रिकामे झाल्यानंतर दिसते, तसा तो आता दिसत होता. कदमांनी चारी बाजूंना नजर टाकली. रस्त्याच्या कडेला पडलेल्या दोन-तीन कुत्र्यांखेरीज त्यांना काहीच दिसले नाही. कुजबुज, चाहूल, काही म्हटल्या काही त्यांना ऐकू आले नाही. निराशेने ते परत फिरले. गावाच्या दुसऱ्या भागात जावे की नाही? त्यांच्या मनात झोप आणि बढती यांच्यामध्ये द्वंद्वयुद्ध सुरू झाले होते. डोळ्यांवरील झोप उडून जावी म्हणून त्यांनी डोळे चोळले आणि उजव्या बाजूला पाहिले. अरे बाप रे! कुणीतरी मनुष्य शिडीवर चढून काहीतरी करीत होता. सत्याग्रही नाही तर नाही, निदान चोर तरी सापडेल या आशेने कदमांनी आपले पाऊल तिकडे वळविले. अगदी चोरपावलांनी ते शिडीकडे गेले. शिडीवरचा मनुष्य आपल्याच कामात गुंग होता. कदम जवळ जाऊन पाहतात, तो एक भलामोठा कागद तो मनुष्य चिकटवीत आहे! खास सत्याग्रहीच! कदमांच्या अंगातून आनंदाची चमक निघून गेली.

शिडीवरला मनुष्य जाहिरात चिकटवून खाली उतरू लागला. शिडीच्या पायथ्याशी कुणीतरी उभे आहे असे पाहून तो मधल्याच पायरीवर थबकला.

"उतरा, उतरा महाराज खाली.'' कदम विजयानंदाने ओरडले.

"मी... मी... मी!''

"अरे, मी मी काय? उतर खाली! तू कोण आहेस हे ठाऊक आहे मला!''

लटपट कापत तो मनुष्य खाली उतरला. कदमांनी त्याचे मनगट धरले आणि त्याला खसकन ओढून विचारले,

"चोरून असल्या जाहिराती लावायला पाहिजेत होय?''

"च... च... चोरून...'' तो मनुष्य चाचरत म्हणाला.

"अरे हो, चोरून! घे ती शिडी अन् चल चौकीवर!''

तो घाबरलेला मनुष्य कदमांच्या हातापाया पडू लागला. त्याच्या तोंडातून धड एक शब्दसुद्धा बाहेर येत नव्हता. त्याची घाबरगुंडी पाहून, त्याने गावभर राजद्रोही जाहिराती लावल्या असल्या पाहिजेत अशी कदमांची खात्री झाली. तो मनुष्य जसजसा अधिक गयावया करू लागला, तसतसे कदमांना अधिकच स्फुरण आले.

"कुठं कुठं लावल्यास त्या जाहिराती?'' त्यांनी दरडावून त्या मनुष्याला विचारले.

“स... स... सगळीकडे...”

“सगळीकडे? हरामखोर! भीती नाही वाटली तुझ्या मनाला?”

“व... व... वाटली, साहेब. प...प...पण पोटासाठी...”

“पोटासाठी? सरकार करील तुमच्या पोटाची सोय! किती जाहिराती लावल्यास?”

“प... प... पन्नास! हीच शेवटची होती.”

कदम मनातल्या मनात आनंदित झाले. सकाळी उठल्याबरोबर कुठल्या तरी एका जाहिरातीचा पंचनामा करायचा आणि आरोपीला तालुक्याच्या गावी घेऊन जायचे. बस्स! बढती बढती ती काय? आणखी चार पोरे झाली, तरी हरकत नाही! ती शिडी, तो मनुष्य आणि गगनात न मावणारा आनंद, एवढ्या सरंजामानिशी कदम ठाण्यावर परत आले. आरोपीला एका कोठडीत घालून त्यांनी बाहेरून भरभक्कम कुलूप लावले. कुलूप अगदी तीनतीनदा ओढून पाहून ते झोपायला गेले.

पहाटेच “अगं ए!” म्हणून त्यांनी आपल्या बायकोला हाक मारली. त्यांची बायको बहुधा त्यांच्या पहिल्या हाकेला जागी होत असे; पण आज तिला उठविण्याकरता त्यांना तीन-चार हाका माराव्या लागल्या.

“चार हाका मारल्या की तुला!” तिने डोळे उघडल्यावर ते म्हणाले.

तिलासुद्धा आश्चर्य वाटले! रामाच्या बाणाप्रमाणे कदमांची हाक कधीही फुकट जायची नाही, असा त्यांचा पोलीस खात्यात लौकिक होता. मग आजच आपल्या नवऱ्याच्या आवाजात एवढा मऊपणा कुठून आला? आश्चर्यचकित मुद्रेने तिने नवऱ्याला विचारले,

“जायचंय का कुठं?”

“हो हो, जायचं आहे. बढतीच्या जागेवर जायचं आहे.” कदम डुलत डुलत म्हणाले.

बायकोचे आश्चर्य अगदी उतू जाऊ लागले. तिच्या चेहऱ्याकडे पाहत पाहत पतिराज उद्गारले,

“असा फक्कड चहा करशील की... अगं, आहेस कुठं तू? बढतीच्या पहिल्या पगारातून तुला हवं तसं लुगडं घेऊन देतो. मग काय? तू श्रीमंतीण खरी शोभशील.”

आनंदाने मनुष्य तरुण होतो यात शंका नाही. गेल्या चार-पाच वर्षांत हवालदार साहेबांच्या तोंडून गाण्याची एक ओळदेखील निघाली नव्हती. बायकोशी इतक्या रंगात येऊन ते बोलल्याला किती वर्षे झाली होती, हे शोधून काढण्याचे काम एखाद्या इतिहास-संशोधकाला साधले असते. पण आजचा त्यांचा आनंद काही और होता. पंधरा-वीस वर्षांपूर्वी फुकट पाहिलेल्या ‘शारदा’ नाटकातील ओळ बायकोला

उद्देशून त्यांच्या तोंडातून निघाली. बायकोने चहा आणून दिला तेव्हा ते इतक्या आनंदाने हसले की, पोटात आनंद मावत नसताना हा मनुष्य चहा पितोय तरी कसा, अशी कोटीसुद्धा एखाद्या थट्टेखोर मनुष्याला त्यांच्याकडे पाहून सुचली असती.

हवालदार चहा पिऊन ताजेतवाने होतात, तोच दिशा फाकू लागल्या. हाताखालच्या शिपायाला उठवून तो व आरोपी यांच्यासह ते ठाण्यावरून निघाले. चारच पावले- एक मांजर आडवे आले! हवालदार साहेबांचे माथे भडकून गेले. त्या मांजराला मारण्याकरिता ते धावलेदेखील! पण त्याने टुणकन उडी मारली आणि ते दृष्टीआड झाले. मांजराला पकडून आपणाला बढती थोडीच मिळणार आहे, असे स्वत:चे समाधान करीत हवालदार साहेब परतले. बिऱ्हाडी थोडा वेळ बसून अपशकुनाची भीती त्यांनी दूर केली आणि ते पुन्हा मोहिमेवर निघाले. मोहिमेचे एक अंग अजून लुळेच होते. पंचनाम्याला पंच पाहिजेत. अगदी सकाळी इतके पंच गोळा करायचे म्हणजे एक दिव्यच होते. हवालदार साहेबांनी दिसेल त्या मनुष्याला पकडायचे ठरविले. "युद्धाच्या वेळी रंगरूटांची भरती अशीच नव्हते का करीत?" ते स्वत:ची योजना योग्य वाटून उद्गारले.

प्रथमत:च ग्रामपुरोहित भलंभटजी त्यांना भेटले. ते अगदी उघडेबोडके धावत होते. त्यांना पाहून हवालदारांनी कपाळाला आठ्याच घातल्या. पहिल्यांदा मांजर, आता हा बोडका ब्राह्मण! बढतीचे फळ कुठे धरते न धरते, तोच एकसारखे आभाळ येऊ लागले. पण चतुर वकील विरुद्ध पक्षाच्या साक्षीदाराचाही उपयोग करून घेतो की नाही? भलंभटजींना हाक मारीत हवालदार म्हणाले,

"शास्त्रीबुवा, अहो शास्त्रीबुवा!"

या पदवीदान-समारंभात भाग घेण्यासाठीसुद्धा भलंभट थांबले नाहीत. कदमांनी जरा वरचा स्वर लावला आणि ते ओरडले,

"भलंभट..."

पदवीबरोबर भलंभटाचा पारा उतरला. ते थांबून म्हणाले,

"काय हवालदारसाहेब?"

"असे धावता का, शास्त्रीबोवा? तुमच्याबरोबर चला की आम्हाला घेऊन!"

'मी चाललो आहे मसणात! त्या ह्याची आई मेली आहे केव्हाच रात्री!"

कदम स्तंभित झाले. पण हातचा एक पंच गमवायला त्यांचे मन तयार होईना. ते जरा अधिकाराच्या स्वरात म्हणाले,

"सरकारी काम आहे भलंभटजी. आलंच पाहिजे तुम्हाला!"

"माझी पोरंबाळं पोसायला थोडंच येणार आहे सरकार? मला उशीर झाला, तर माझा बाप दुसरा येईल ना तिथं!"

हे बोलता बोलताच भलंभटजींनी धूम ठोकली. भलंभटाच्या सरकारविषयक

वाक्याला राजद्रोहाचा वास येत होता. पण दात-ओठ खात कदम पुढे चालले. जाता-जाता मिळेल त्या घरातील माणसांना हाक मारायला त्यांनी सुरुवात केली. पहिल्या घरातील मनुष्याने आतून उत्तर दिले,

"अहो, रात्री तीन वाजता निजलो आहे मी. मला नाही उठवत आता!"

कदमांनी सरकारचा धाक घातला; पण त्या धाकापेक्षा झोपेचेच सामर्थ्य अधिक ठरले.

आतला मनुष्य कावून म्हणाला,

"काय सांगू माझं कपाळ? रंगीत तालीम होती आमच्या नाटकाची रात्री. चांगला तीन वाजेपर्यंत जागलो आहे मी!"

नाटकाची रंगीत तालीम होती काल रात्री! कदमांना संशय आला. नाटकाच्या निमित्ताने हे सत्याग्रही लोक रात्री काही चळवळी तर करीत नसतील ना? विचार करीत करीत आणि पंच मिळवीत हवालदारसाहेब चौकात पोहोचले.

बाजारात अजून रहदारी मुळीच सुरू झाली नव्हती. जाहिरात लावलेल्या जागेकडे जात जात कदम पंचांना म्हणाले,

"या राजद्रोही जाहिरातीचा पंचनामा करून, मी आरोपीला घेऊन जाणार आहे इथून!"

गावात चार महिने थंड झालेला सत्याग्रह पुन्हा कोणी सुरू केला, याचे पंचांनाही कोडे पडले. जाहिरात लावलेल्या भिंतीपाशी जाऊन हवालदार साहेब व पंच जाहिरातीकडे पाहू लागले. चांगले उजाडले असल्यामुळे जाहिरातीतील शब्दन् शब्द वाचता येत होता.

'श्री येतोबा प्रसण्ण

शिरपूर निवाषी नाटकमंडळी

उद्या करणार 'संगीत माझी बायको'

अंक १ ते ५

थेटरात सर्व लोकांणी सभ्यपनाणे वागावे, अशी विनंती आहे. विडी ओढन्याची सक्त मणाई आहे.

दर...'

दर वगैरे वाचून पंच वळून पाहतात, तो हवालदारसाहेब शिपायासह केव्हाच पसार झाले होते!

अशा रीतीने हवालदारसाहेबांचा पहिला शोध म्हणजे शुद्ध नाटक ठरले. पण विचार करता करता झालेल्या गोष्टीत आपली फारशी चूक नाही, असे त्यांना वाटू लागले. शिरपूरसारख्या आडगावी नाटकमंडळी आभाळातून थोडीच उतरते? आता

गावातल्या काही लोकांना नाटक करण्याची लहर यावी, त्यांचे नाटक हाणून पाडण्याचा दुसऱ्या मंडळींनी विडा उचलावा, पहिल्या मंडळीवर मात करण्याकरिता दुसऱ्या मंडळींनी लेखी जाहिराती तयार कराव्या आणि त्या रातोरात लावण्याची व्यवस्था करावी... सारेच विलक्षण होते हे! आपल्या जागी डी.एस.पी. साहेब असता, तर तोसुद्धा फसला असता, अशी कदमांची खात्री झाली.

'थोडं चुकलं खरं! जाहिरात कसली आहे ते रात्रीच पाहायला पाहिजे होतं. पण या बाजूच्या गावात दुसरी जाहिरात येणार कुठली? ना नाटकमंडळी, ना उद्योगधंदा, आणि जाहिरात पाहायची कशी? बिजलीची बत्ती खिशात बाळगावी; पण या इतक्या पोरांपुढं ती विकत घ्यायला सवड होतेय कुठं? आता बढती मिळाल्यावर...'

झाली तर झाली चूक! म्हणतातच ना, पुढच्याला ठेच मागचा शहाणा! कालच्यासारखी आता चूक केली नाही म्हणजे झालं! आपण सत्याग्रही शोधून काढणार व बढती मिळविणार, या आनंदात कदम सकाळची फजिती हा हा म्हणता विसरून गेले.

पुन्हा रात्र आली. ठरावीक वेळ झाली की, दारूबाजाला जशी आपली तलफ आवरत नाही, त्याप्रमाणे कदमांनाही आता स्वस्थ बसणे अशक्य झाले.

'काल एक वेळ डाव हुकला, म्हणून आज काही काम फत्ते होणार नाही असं नाही.'

चालता चालता ते स्वत:शी विचार करू लागले. दुपारी शाळेत जाणाऱ्या आपल्या मुलाचे एक पुस्तक त्यांनी सहज उघडले होते. त्यातल्या कोलंबसाची त्यांना आठवण झाली. कोलंबस हिंदुस्थान शोधायला निघाला आणि अमेरिकेला जाऊन पोहोचला. मोठ्या मोठ्या माणसांचेसुद्धा असे होते. मग आपले काय?

चौकात येताच डावीकडच्या रस्त्याने कुणीतरी मनुष्य चालला आहे, असे त्यांना वाटले. ते त्या बाजूला वळले. लवकरच तो मनुष्य एका लहानशा पाणंदीत शिरला. कदमही त्याच्यामागून जाऊ लागले. चळवळ्या लोकांची आज कुठेतरी गुप्त सभा असली पाहिजे अशी त्यांची खात्री झाली. पुढे चाललेला मनुष्य मधूनमधून मागे वळून पाही. तो जर आपल्या कामाला जाणारा साधा मनुष्य असता, तर त्याला इतके भिण्याचे काय कारण होते? कदमांची अगदी खात्री होऊन चुकली. गुप्त धनाची नक्की जागा कळल्यावर कृपण मनुष्याला होणार नाही, एवढा आनंद त्यांना झाला.

चालता चालता तो पुढील मनुष्य एकदम थांबला. धूर्तपणाने कदम एका झाडाच्या आडोशाला उभे राहिले. त्या पुढच्या माणसाने आजूबाजूला पाहिले आणि कोणी नाही असे पाहून तो एका घराच्या दारावर थाप मारू लागला. थोड्या वेळाने

दार उघडले आणि तो मनुष्य आत शिरला. कदम आपली जागा सोडून त्या घरासमोर आले. शिरपुरात नुकतीच बदली झाली असल्यामुळे त्यांना त्या घराबद्दल काहीच माहिती नव्हती. पण पोलीस व परमेश्वर हे दोघेही सर्वसाक्षी असतात. कदम त्या दरवाजापाशी जाऊन हळूच ऐकू लागले. घराच्या खिडक्या वगैरे बंद असल्यामुळे त्यांना काही दिसणे शक्यच नव्हते, पण आतील संभाषण दाराच्या जवळच सुरू असल्यामुळे त्यांना ते तुटक तुटक ऐकू येत होते.

"आज चार महिन्यांनी झाली वाटतं आठवण! सत्याग्रहाच्या दिवसापासून..."

"झाले खरे चार महिने! पण करणार काय? परिस्थितीच कठीण आली मोठी! सत्याग्रहाच्या दिवशी जो गेलो, तो काल परत आलो."

चार महिन्यांनी एक सत्याग्रही दुसऱ्या सत्याग्रहीला भेटत आहे, असा कदमांनी तर्क बांधला. पहिला आवाज बाईचा असावा असे त्यांना वाटले. 'असेलही कुणी बाई!' ते मनात म्हणाले. हल्लीच्या चळवळीत बायका भाग घेतात हे त्यांनी वर्तमानपत्रात वाचलेच होते.

"काल आलात नि आज फावलं यायला?"

'चळवळ करणारी माणसं किती उतावळी असतात!' कदमांच्या मनात विचार आला.

"नाटकं आहेत ना आज दोन! नाटकाला जातो म्हणून सांगितलं अन् आलो झालं इकडं. पण असलं महत्त्वाचं काम सोडून नाटकाला जायला खुळा का आहे मी?"

महत्त्वाचं काम! कदमांचे कान अगदी उत्सुक झाले. एखादे मोठे कारस्थान आपल्याला आता कळणार अशी त्यांची खात्री झाली.

"म्हणतात ना शेळी जाते जिवानिशी आणि खाणारा म्हणतो वातड!"

"सारं खरं आहे तुझं म्हणणं! पण त्या वस्तूवाचून तुला तोंड कसं दाखवायचं, हा..."

ती वस्तू! कदमांच्या डोळ्यापुढे बॉम्बगोळे उभे राहिले. सरकारने शिरपूरला लाठीमार करून सत्याग्रह मोडून टाकला होता. तेव्हा आता गुप्तपणाने बॉम्ब तयार करण्याचा कारखाना चळवळ्या लोकांनी काढला असावा, असे वाटू लागले. धडधडणाऱ्या छातीने दारावर अगदी रेलून ते पुढील संभाषण ऐकू लागले.

"आज तरी आणली आहे का ती वस्तू? चार महिने झाले मेले!"

"त्याच खटपटीत आहे गं मी. पण पोलिसांची भीती वाटते!"

कदमांची खात्री झाली. पुढील महत्त्वाच्या भागातील एक शब्दसुद्धा चुकू नये, म्हणून डोळे मिटून व अंगाचा सर्व भार दारावर टाकून कदमांनी श्रवणसमाधी लावली.

पण ती समाधी आणि कदमांचे अंग यांचा एकदमच भंग झाला! कुणीतरी खाडकन दार उघडले. जमिनीवर पडता पडता स्वत:चे अंग सावरण्याची कदमांनी शिकस्त केली. पण ते शक्य नव्हते! सत्याग्रही लोक आता सापडणार, या आनंदात आपल्या लोटांगणाचा विचार न करता कदम उभे राहिले. त्यांचा अभिनय पाहणारे प्रेक्षक त्यांच्यापेक्षाही अधिक चकित झाले होते. त्यांच्या चेहऱ्याकडे नजर जाताच त्यातली बाई उद्गारली!

"अगंबाई! हे तर नवे हवालदार! बसा, बसा हवालदारसाहेब! पट्टी घेऊन जाल की नाही?"

अंगामागोमाग पडण्याची पाळी आता हवालदारसाहेबांच्या चेहऱ्यावर आली. एका स्टुलावर बसून ते त्या खोलीचे निरीक्षण करू लागले.

खोलीतला पुरुष त्यांच्याकडे क्रुद्ध दृष्टीने पाहत होता.

कदमांच्या हातात पट्टी देता देता ती बाई म्हणाली,

"तुम्हीच न्याय तोडा हा हवालदारसाहेब! आज चार महिन्यांत एकदासुद्धा पाऊल टाकलं नाही यांनी इथं! बायकांची जातच मेली खुळी! एखाद्याच्या वाटेकडे आपण डोळे लावून बसावं..."

तो तरुण गुरगुरत म्हणाला,

"यावं कसं माणसानं? चार महिन्यांनी काल आलो मी इथं! हे पाहा हवालदारसाहेब, इथं यायचं म्हणजे हजार गोष्टी सांभाळाव्या लागतात. वडिलांना कळेल की काय... लोक काय म्हणतील अन् त्यात चार महिन्यांपूर्वी आमच्या घरातील नथ पाहिजे असा हट्ट धरून ही बसली होती! नथ आहे बाबांच्या तिजोरीत! कालपासून खटपट केली. पण..."

त्या दोघांनी कदमांना न्यायाधीश बनवले होते खरे; पण निकाल देण्याची शक्ती त्यांच्या अंगात नव्हती.

ते स्वस्थ बसलेले पाहून ती बाई म्हणाली,

"सहजच आला होता ना, हवालदारसाहेब?"

कदमांची कल्पकता त्यांच्या मदतीला धावून आली. ते म्हणाले,

"सहज? छे! एक चोर पाहिला या पाणंदीत शिरताना! कुठे लपला बेटा, कळत नाही. बरं आहे. जातो मी! तुम्ही मात्र सावध राहा जरा!"

कदम कसेबसे त्या घरातून बाहेर पडले. आजच्या साहसाचे फळ- तो विडा त्यांनी तोंडात घातला. पण सुंदर हातांनी केलेली ती पट्टी त्यांना अगदी चोथ्यासारखी वाटली.

सत्याग्रही शोधता शोधता भाविणीच्या हातची पट्टी तेवढी हवालदारांना मिळाली; पण एवढ्यातेवढ्याने निराश व्हायला ते एखाद्या प्रणयप्रधान कादंबरीतील नायक

होते थोडेच? शिरपुरात चार महिन्यांपूर्वी सत्याग्रहाची केवढी तरी आग पेटली होती. त्या आगीचे निखारे कुठेतरी धुमसत असणारच! काही झाले तरी ते शोधून काढायचे, असा कदमांनी निश्चय केला.

दुसरे दिवशी सकाळीच त्यांना भलंभटजी लगबगीने घरी जाताना दिसले. त्यांच्या हातात कसले तरी वर्तमानपत्र होते. भट आणि वर्तमानपत्र! हा भट खास सत्याग्रहात सामील असला पाहिजे. परवा पंचनाम्याला यायचे त्याने नाकबूल केले. सरकारविषयीही भलभलते उद्गार काढले. आज वर्तमानपत्र वाचायला नेतो आहे.

शिकार सापडल्याच्या आनंदाने कदम ओरडले,

"शास्त्रीबोवा, अहो शास्त्रीबोवा!''

शास्त्रीबोवा थांबले. हवालदार त्यांच्याजवळ जाऊन म्हणाले,

"काय म्हणतं वर्तमानपत्र?''

"काही नाही! तसं काही नाही मोठं. जुना अंक आहे तो.''

जुना अंक! कदमांची शंका बळावली. झाडाखाली भात करून पोट भरणाऱ्या या भटाला जुन्या अंकाची काय जरूर? ते मुत्सद्दीपणाने म्हणाले,

"आहे काय असं या अंकात?''

"विशेष नाही काही तसं! जरा थोडं काम होतं माझं!''

कदमांनी अंक हातात घेऊन उघडला.

'मॅजिस्ट्रेटवर बॉम्ब' या मोठ्या अक्षरांच्या मथळ्यापासून संततिप्रतिबंधक गोळ्यांच्या जाहिरातीपर्यंत त्यांनी सर्व मजकूर पाहिला. त्यांची खात्रीच झाली! मॅजिस्ट्रेटवर बॉम्ब टाकणाऱ्या माणसाची हकिकत या अंकात आहे, हाच अंक भलंभट नेत आहे! ते भलंभटाला म्हणाले,

"मला देता का जरा अंक?''

भलंभट चाचरत म्हणाला,

"निकडीचं काम आहे. उद्या देईन हवा तर!''

कदमांची बालंबाल खात्री होऊन चुकली.

त्यांनी रात्री आपला मोर्चा भलंभटाच्या घराकडे वळविला. ओटीवर भलंभट व त्यांची बायको जोरजोराने बोलत होती. भिंतीच्या आडोशाला उभे राहून कदम ऐकू लागले.

"एक एक ऐकावं ते विलक्षणच मेलं! काय म्हणे...''

"अगं, पण हे केल्यावाचून होईल कसं? हे इंग्रजी राज्य आल्यापासून भिक्षुकीची किंमतच नाहीशी झाली. गरिबी वाढली! असा राग येतो या राज्याचा...''

कदम संवाद ऐकण्यात तल्लीन झाले. मांजराची नखे बाहेर पडणार, असे त्यांना वाटले.

"येऊ दे तरी तो डबा..." भलंभटजीची बायको रागारागाने म्हणाली.

"अगं, ऐकून तर घेशील माझं?"

"ऐकलं ते पुष्कळ झालं. तुम्हाला आला असेल संसाराचा नि पोराबाळांचा कंटाळा! पण मला नाही झाली ती जड."

डबा! पोराबाळांचा कंटाळा! भलंभट जिवावर उदार होऊन कसल्या तरी कारस्थानात पडला आहे आणि त्याची बायको त्याचे मन वळविण्याचा प्रयत्न करीत आहे. कदम तर्काच्या शिडीवर चढू लागले.

"हे पाहा," भलंभट अजिजीने म्हणाले, "अगं, देशाची स्थिती पाहा! किती कठीण काळ आलाय. आपल्यासारख्यांनी हे नाही केलं, तर व्हायचं कसं आता?"

"मला नाही आवडत असलं घाणेरडं काही. तुम्हा पुरुषांचं काय? कुठली तरी वर्तमानपत्रं वाचता आणि भलभलती वेडं डोक्यात घेऊन येता! असलं काही करायचं असलं, तर बायकोचा विचार तरी घ्यावा की नाही आधी माणसांनी?"

कदमांनी आपल्या तर्काच्या साखळीतील सर्व दुवे तपासून पाहिले.

भलंभटाने वर्तमानपत्र वाचून डोक्यात काही तरीवेड घेतले आहे. इंग्रजी राज्याला तर त्याने उघडउघड शिव्या दिल्या. बायकापोरांची काळजी न करता त्याने कसला तरी भयंकर उद्योग आरंभला आहे आणि त्या उद्योगाशी डब्याचा संबंध आहे. भलंभटाच्या हातातल्या वर्तमानपत्रात बॉम्बची हकिकत होतीच! डब्यात बॉम्ब घालून तो कोठेतरी ठेवण्याचा विचार नाही ना या भटाचा? पुढल्या आठवड्यात कलेक्टरसाहेब येणार आहेत फिरतीवर इकडे! त्यावेळी काही गडबड होणार असा रंग दिसतो.

कदम पुढे उत्कंठतेने ऐकू लागले.

"पण कशाला हवा आहे इतका काथ्याकूट?" भलंभट त्रासून म्हणाले, "येईल चार दिवसांनी पार्सल, तेव्हा पाहता येईल!"

"तुमचं पार्सल येवो नाही तर फिर्सल येवो, मी ते घरात ठेवूनसुद्धा घेणार नाही. टाकीन कुठेतरी नेऊन! देवानं चांगलं अन्न दिलं आहे खायला! पण नसते उपद्व्याप सुचतात ना माणसाला! चांगली चार पोरं खेळताहेत घरात..."

"त्यांचा खेळ होतो, पण माझा जीव जातो!" भलंभट ओरडून म्हणाला.

"अन् तुमच्या या खेळानं माझाही जायची पाळी आली आहे! काय मेलं एक एक नवं झालं आहे! कधी कुणी ऐकल्या होत्या का पूर्वी असल्या गोष्टी?"

भलंभट व त्यांची बायको आत निघून गेल्यामुळे कदमांना ऐकू येत असलेले नाटक बंद झाले.

त्या नाटकाचा हेतू त्यांना पुरता कळून चुकला. पार्सलने बॉम्बचा डबा येणार. तो भलंभट आपल्या घरी ठेवणार. कलेक्टर साहेबांची स्वारी येईल, तेव्हा कुणी तरी तो बॉम्ब फेकणार. बस्स! या भटाचीच शेंडी पकडावी म्हणजे झाले.

दुसरे दिवशीपासून कदम टपाल येण्याच्या वेळी पोस्टात हजर राहू लागले. ते सहज आल्याचे सोंग करीत. पण त्यांची दृष्टी नेहमी नव्या पार्सलवर असे.

चार-पाच दिवसांनी त्यांचा इष्ट हेतू साध्य झाला. भलंभटजींच्या नावाचे एक लहानसे पार्सल पोस्टात आले. ते नेण्याकरिता भटजी स्वत:च पोस्टात आले होते.

पार्सल घेऊन भलंभटजी जाऊ लागले, तेव्हा हवालदारांनी विचारले,

"कसलं पार्सल आहे शास्त्रीबुवा?"

भलंभटाची मुद्रा भेदरल्यासारखी झाली.

"काही नाही," तो बोलायचे म्हणून बोलला.

"तरी पण... मिठाईबिठाई आहे वाटतं?"

"मिठाई कसली? खासगी वस्तू आहे आपली!" असे म्हणून भलंभटजी तेथून सटकले.

त्याच दिवशी दुपारी फौजदारसाहेब तालुक्याच्या गावाहून काही कामाकरिता शिरपूरला आले. कदमांना सर्व ग्रह आपल्याला अनुकूल आहेत असे वाटू लागले. दुपारपासून त्यांनी भलंभटजींच्या घरावर पाळत ठेवण्याची व्यवस्था केली. पण संध्याकाळपर्यंत त्यांची बायको घराबाहेर कुठेच पडली नाही. रात्रीचा पहारा तर कदमांनी स्वत:च पत्करला.

दहा वाजून गेल्यावर जिकडेतिकडे सामसूम झाले. थोड्यावेळाने भलंभटजीचे दार कुणीतरी हळूच उघडले. हातात दिवा न घेताच ती व्यक्ती अंगणातून बाहेर पडली.

कदमांनी अचूक ओळखले.

भलंभटजीची बायको! नवऱ्याला झोप लागलेली पाहून ती पार्सलचा डबा फेकण्याकरिता जात असावी. तिने डबा फेकून दिला, तर आतल्या बॉंबचा-त्याबरोबरच आपल्या आशेचाही स्फोट होईल अशी कदमांना भीती वाटू लागली. ते एकदम पुढे झाले आणि दरडावून म्हणाले,

"बाई, ठेवा तो डबा खाली!"

या आकस्मिक हल्ल्याने भलंभटीण अगदी घाबरून गेली. डबा खाली ठेवून तिने घराकडे धूम ठोकली. कदमांनी भीत भीत पाहिले.

पार्सल अजून फोडले नव्हते. पार्सल जसेच्या तसे ठेवून भलंभट कुणाला तरी देणार होता हेच खरे!

लगेच पार्सल, भलंभट व त्यांची पत्नी यांच्यासह हवालदारसाहेब ठाण्यावर फौजदारांपुढे येऊन दाखल झाले.

फौजदारांची अक्राळविक्राळ स्वारी पाहताच भटजीची पत्नी स्फुंदत स्फुंदत म्हणाली,

"पाहिलंत हे? नसत्या फंदात पडलं की, अशीच गत व्हायची माणसाची!"

फौजदारसाहेब भटजींना म्हणाले,

"हे पार्सल तुमचंच काय?"

"होय." भलंभट थरथर कापत म्हणाला.

"काय आहे त्यात?" फौजदारांनी प्रश्न केला.

'काही नाही... काही नाही. खासगी वस्तू आहे. आपली गो- गो- ळा- ळ्या."

"गोळा?" फौजदार ताडकन् उभे राहून उद्गारले.

शेवटी भीत भीत पंचांसमक्ष फौजदारांनी डबा उघडला. कधी न पाहिलेला बॉम्ब पाहण्याकरिता सर्वांचे डोळे आतुर झाले होते. पण आत मोठा गोळा कुठेच दिसेना. बऱ्याचशा कागदांत गुंडाळलेली एक बाटली शेवटी फौजदारांच्या हाताला लागली.

बाटलीवरील चिठ्ठीकडे त्यांचे लक्ष गेले मात्र! ते खो खो हसू लागले. कदम हवालदारांनी बाटलीवर नजर टाकली

'संततिप्रतिबंधक गोळ्या!'

फौजदारांनी ती बाटली कदमांना नजर केली.

बचत ही एक प्रकारची मिळकत आहे, या सत्याची प्रचिती हवालदारसाहेबांना अभावितपणे झाली.

१९३२

■

जुना कोट

देशावरल्या मनुष्याला कोकणात गेल्याबरोबर अगदी नव्या सृष्टीत प्रवेश केल्याचा भास होतो. कुणी म्हणेल, दिवाळसणाकरिता सासुरवाडीला जाणाऱ्या जावयास तसे वाटायचेच! त्यातून गरिबीतून वर आलेल्या गृहस्थाच्या लाडक्या लेकीचा दिवाळसण! मग जावईबापू कुरकुर कशाला करतील?

अशावेळी मनात मधुर हुरहुर असते, हे काही खोटे नाही. चांगल्या रंगत चाललेल्या नाटकात अंकाचा पडदा पडला म्हणजे उतावळ्या प्रेक्षकाचा विरस होत नाही का? लग्नाच्या पहिल्या वर्षी बायको माहेरी जाते, तेव्हा प्रत्येक पतिराजाची अशीच स्थिती होत असली पाहिजे. पण विरहाचा पडदा दिवाळसणाने दूर होणार होता. यामुळे कोकणची सृष्टी मला नावीन्याने नटलेली दिसली, असे मात्र म्हणता येणार नाही. हिरव्यागार गोष्टींचा तारुण्याशी काहीतरी गूढ निकट संबंध निःसंशय आहे. त्यामुळे सासुरवाडीच्या सोप्यावरून दिसणारे समोरचे हिरवे माड, भोवतालच्या हिरव्यागार केळी, अंगणातील किंचित काळसर हिरव्या अशा उंच उंच तुळशी यांच्याकडे सहज नजर गेली, तरी मनात येई- देशावरला प्रदेश निर्माण केल्यानंतर फार उशिरा देवाने कोकण घडविले असावे. जुन्या घरातून नव्या बंगल्यात राहायला जावे, अगर जुना कोट बोहाऱ्याला देण्याकरिता आईच्या अंगावर टाकून नवा अंगात घालावा, अशावेळी मन त्या नावीन्याने क्षणभर हुरळून जातेच की नाही? कोकणातल्या सृष्टीने मी असाच मुग्ध होऊन गेलो.

नरकचतुर्थीच्या दिवशी पहाटे सोप्यावर लावलेल्या पणत्यांनी अंगणातला अंधार उजळून टाकला, तेव्हाची शोभा काही विलक्षण होती. भोवतालच्या भंडाऱ्याच्या घरांतून 'गोविंदा, गोविंदा' म्हणून जो कल्लोळ ऐकू येत होता, तोही मला मोठा मौजेचा वाटला.

नरकचतुर्दशीला तिकडे चावदिवस म्हणतात. दूधपोहे, दहीपोहे, गूळपोहे,

सर्व तऱ्हांचे पोहे चावण्याचे काम शेजारपाजारी जाऊन या दिवशी करावे लागते. घरचे सर्व मंगल संस्कार झाल्यावर सासऱ्याच्या बरोबर बाहेर जाणे प्राप्तच होते मला. मी नखशिखांत नव्या कपड्यांनी नटून माझ्या खोलीबाहेर आलो.

पाहतो, तो ते एक फार जुनापुराणा दिसणारा कोट अंगात घालून उभे!

मी स्वस्थ राहिलो. म्हटले, त्यांना कोटबीट बदलायचा असेल अजून. पण त्यांनी 'झालं ना?' म्हणून विचारताच 'हो' हे उत्तर माझ्या तोंडातून निघूनही गेले.

त्या दिवशी निरनिराळ्या घरी मी खाल्लेल्या पोह्यांत चांगले-वाईट कोणते होते, ते घरी आल्यावर बायकोने फिरफिरून विचारले, तरी मला सांगता येईना. एके ठिकाणी तर खडा चावल्यानंतर माझे लक्ष गेले होते तिकडे. मी एकच विचार करीत होतो :

आज सणावारी माझ्या सासऱ्यांनी महायुद्धापूर्वीचा हा कोट का घातला आहे? चिक्कूपणा? छे! त्यांचा दुसरा चांगला कोट मी पाहिला होता. शिवाय लग्नात आणि आता दिवाळसणात हाताची मूठ घट्ट धरण्याचा त्यांचा स्वभाव नाही, हा प्रत्यक्ष अनुभव आला होता मला! माझ्या बायकोच्या लहानपणी ते एका व्यापाऱ्याच्या पेढीवर साधे कारकून होते खरे; पण त्यांचा थोरला मुलगा वकील झाल्यावर लक्ष्मीची कृपादृष्टी त्यांच्या घरावर एकदम वळली होती. मग हा कोट? विक्षिप्तपणा म्हणावे, तर एकही उदाहरण आठवेना तसले. इथून तिथून गोडवा आणि समंजसपणा भरला होता त्यांच्या स्वभावात!

सारी दुपार मी त्यांच्या त्या जुन्या कोटाचा विचार करीत होतो. माझ्या मनात आले- ऐतिहासिक कादंबऱ्यांतील भुयारे आणि सामाजिक गोष्टींतली प्रणयरहस्ये सर्वस्वी खोटी नसावीत. कोकणातील एका खेड्यात उभे आयुष्य काढणाऱ्या कारकुनाच्या चरित्रातही जुन्या कोटांचे गौप्य असतेच की! मात्र या कल्पनेचे माझे मलाच हसू आले. बायकोला विचारावे, तर एखादेवेळी रागही यायचा तिला! नवऱ्याने आपल्या नव्या जरीच्या लुगड्याऐवजी आपल्या बापाच्या जुन्या कोटाकडे लक्ष दिल्याबद्दल अरसिकांतही गणना करायची ती माझी! म्हटले, असेल काहीतरी कुळाचार! कोकणात असल्या गोष्टींचे फार बंड असते, असे अनेकदा ऐकले होते मी!

संध्याकाळ झाली होती, तरी आम्ही समुद्रावर फिरायला गेलो. मऊ वाळूतून चालताना होणाऱ्या गुदगुल्या, ओहोटीमुळे आत गेलेल्या समुद्राची किंचित उदास दिसणारी शोभा, पश्चिमेकडे साजरी होणारी मनोहर रंगपंचमी- विविध रंगांनी रंगलेले ते ढग पाहून मला सुंदर कपड्यांनी भरलेल्या वस्त्रभांडाराची आठवण झाली आणि लगेच, का कोण जाणे, माझी नजर माझ्या सासऱ्याच्या जुन्या कोटाकडे वळली. त्यांच्याही ते लक्षात आले असावे.

"मुळीच संकोच करू नका हं इथं!" ते प्रेमाने म्हणाले.

मी नुसता हसलो. क्षणभर थांबून एकदम धीर केला आणि म्हटले,

"एक गोष्ट विचारू का तुम्हाला?"

"दिवाळसणाला हवं ते मागण्याचा हक्कच आहे की जावयाचा."

मी त्यांच्या कोटाकडे निरखून पाहत आहे हे त्यांनी ओळखले. ते अगदी मोकळेपणाने हसले.

"या कोटाची कथा म्हणता? अगदी साधी आहे ती!"

"पण..." या एका शब्दाच्या उच्चाराने माझी उत्सुकता त्यांना पूर्णपणे कळली.

ओहोटीमुळे रिकाम्या पडलेल्या वाळवंटाच्या भागाकडे त्यांनी क्षणभर टक लावून पाहिले.

नंतर माझ्याकडे वळून ते बोलू लागले,

"पंचवीस वर्षांपूर्वीचा कोट आहे हा. पाच वर्षे एकसारखा वापरून टाकून द्यायला निघालो होतो तो मी! निघालो होतो काय? देऊन टाकलाच होता म्हणा ना. पण... मनी झाली त्या वर्षाची ही गोष्ट. पायगुणाची आहे पोरगी मोठी!"

मला मनातल्या मनात हसू आवरेना. माझी पत्नी मोठ्या पायगुणाची कशावरून? तर टाकून द्यायच्या लायकीचा कोट तिचे वडील भर दिवाळीत घालू लागले, म्हणून. वा! तिचा असला पायगुण माझ्या आयुष्यात न दिसेल तर बरे.

पुन्हा समोरील भयाण सुकतीकडे पाहत ते म्हणाले,

"मनीच्या जन्मापूर्वीच्या आमच्या गरिबीची कल्पना येणार नाही तुम्हाला! तुम्हाला कशाला? आता स्वप्नात ते दिवस आठवले, तरी मन कसे गुदमरून जाते माझे. हा समुद्र आटला, तर समोरचा देखावा पाहायला क्षणभर तरी बसाल का तुम्ही इथं?"

अनुभवाची तीव्रता मनुष्याला कवी करू शकते, हे त्या एका वाक्यावरून दिसत होते.

"आमचा संसारही तसाच होता वीस वर्षांपूर्वी! दुकानावरील तीस रुपयांची नोकरी! नाही म्हटले तरी पाच-सहा माणसे मध्यान्हकाळी पानांवर बसायची! थोरला मुलगा खूप हुशार. इंग्रजी सातवीत गेला होता तो! एकीकडे त्याचा खर्च, दुसरीकडे घरात दिवस गेलेले! डोहाळेही मोठे खडतर होते मनीच्या वेळचे. मदतीला माणूस ठेवायचे कशाच्या बळावर? एके दिवशी तिची द्राक्षांवर इच्छा गेली. बेळगावहून ती आणणे माझ्या दृष्टीने कठीणच होते. पण बायकोला एवढेही सुख देता येऊ नये, याचे फार वैषम्य वाटले मला! पुढे ती द्राक्षे खाताना दरवेळी ती आदरून म्हणे, "यापेक्षा नवा कोट स्वत:ला केला असता तर!"

त्यांच्याकडे मला पाहवेना! जगात दारिद्र्य किती भयंकर थैमान घालते, याचा अनुभव माझ्यासारख्या सुखवस्तू मनुष्याला कुठून येणार? ज्वालामुखीच्या पोटातील कढ हिमालयाला कधीच कळावयाचे नाहीत!

आवंढा गिळून ते पुढे सांगू लागले,

''त्यावेळी दिवाळी जवळ आली होती अगदी! दुकानाचा जमाखर्च बहुतेक पुरा झाला होता. मालकांनी तिजोरीतली शिल्लक मोजली. सारे काही बरोबर जमले. मध्यंतरी पाचशे रुपयांची एक रक्कम अनामत येऊन पडली होती. पण तिची आठवण नव्हती त्यांना! एका बाईची भानगड होती ती! तसला हिशेब जमाखर्चाला कधीच लागत नसतो. त्या नोटा परत करायच्या, म्हणून वरच्या कपाटातल्या कप्प्यातील जुन्या कागदपत्रांच्या रुमालात मालकांनी ठेवल्या होत्या. त्या ठेवल्या, त्याच्या दुसऱ्याच दिवशी ते विषमाने आजारी पडले. तीन-चार महिने तरी ते दुकानावर आले नाहीत. दुसरे दोन भाऊ सर्व व्यवहार पाहत. त्यांची व्यसनेही काही कमी नव्हती. एक-दोनदा तिजोरीतील पैसेही उचलले होते त्यांनी. त्यामुळे पुढे-मागे या पैशांची मालकांना आठवण झाली, तरी प्रकरण माझ्या अंगावर शेकण्याचा संभव नव्हता. जवळजवळ पंधरा वर्षे मी दुकानावर होतो. कधी नारळाच्या बोंड्याला हात लावला नव्हता त्यांच्या! त्यामुळे माझा संशय येण्याचा संभवच नव्हता. ते पाचशे रुपये परस्पर उचलण्याचा मोह अगदी अनिवार झाला मला!''

मी त्यांच्याकडे पाहिले. त्यांनी आपली दृष्टी दुसरीकडे वळविली होती. संध्यारंग नाहीसे होऊन काळसर छाया पाण्यावर नाचू लागल्या होत्या.

''कुणी काही म्हणो. ज्याला उभ्या आयुष्यात कधीही कसलाही मोह पडला नाही, असा मनुष्य जगात असेल की काय, याची मला शंकाच वाटते. खुद्द माझे मालक तांदळाच्या गोणीमागे रुपया, दोन रुपये गरिबांकडून उकळून गबर होत असलेले मला दिसत होते. मराठी शाळा तपासायला येणारे अधिकारी दरिद्री मास्तरांकडून काथ्यापासून काजूपर्यंत जिन्नस नेत, हे मी डोळ्यांनी पाहत होतो. जत्रांतल्या जुगारात पैसे मिळवून बांधलेली दुमजली घरे माझ्या डोळ्यांपुढे उभी होती. माझ्या बायकोच्या अंगावर फुटका मणी नव्हता! पण गावच्या कुळकण्यनि महिना दहा रुपये पगाराच्या आधारावर आपल्या बायकोला सोन्याने मढवून काढली होता. माझे मन म्हणू लागले, ही सारी लहान-मोठी पापे जगाला चालतात. या पापी लोकांचा सगळीकडे उदोउदोही होतो. मग ही सोन्यासारखी संधी आली असताना तू जर तुकारामाचा आव आणशील, तर तुझ्यासारखा करंटा तूच! कुटुंबाच्या सत्यनाशाचे खापर तुझ्याच डोक्यावर फुटेल. एका कोटाची काय कथा? तुला बायकोचे कष्ट कमी करता येतील. तुझा मुलगा हुशार आहे. त्याला कॉलेजात जायला पहिल्यांदा मदत हवी- ती मिळेल! मुलगा शिकून-सवरून चांगला मिळवता

झाला की, कुटुंबाचे पांग फिटतील. जग सावांचे नाही, चोरांचे आहे! मात्र चोराने असे चालले पाहिजे की, आपल्या पावलांचा पुसट मार्गसुद्धा मागे राहू नये.''

ते बोलत होते ते अक्षरश: सत्य होते. पण किती कटू! प्रत्येक पिढीबरोबर सत्यावर बसलेली कटुपणाची पुटे कमी होण्याऐवजी वाढतच आहेत!

"संध्याकाळी त्या नोटा घरी न्यायच्या, असा निश्चय करूनच त्या दिवशी दुपारी मी दुकानातून निघालो. कोटाच्या खिशात हात घालून पाहिले. महिन्याचे पाच दिवस जायचे होते. पगारापैकी फक्त एक रुपया सात आणे शिल्लक होते. मी विचार केला- उद्या आपल्या हातात पाचशे रुपये यायचे आहेत. मग आज हात थोडा सैल सोडायला काय हरकत आहे? कशी छान मासळी आली होती त्या दिवशी बाजारात! एकदम चार आण्यांची घेतली मी! पिकी केळी, दोन भाज्या, सात आण्यांत जिवाची मुंबई करून टाकली घटकेत! फक्त एक रुपया शिल्लक ठेवून मी घरी आलो.'

"माझ्या हातातील बाजार पाहून माझी बायको चकितच झाली. तिला वाटले, कुणीतरी बडा पाहुणा येणार आहे आज आपल्याकडे! पाहुणाबिहुणा कुणी नाही, म्हणून सांगताच तर तिचे आश्चर्य अधिकच वाढले. आपल्या नवऱ्याला वेडबीड तर लागले नाही ना, अशी शंकासुद्धा आली असेल तिच्या मनात! पण मी त्या पाचशे रुपयांच्या धुंदीत होतो. विमानात बसण्याचा योग नाही आला अजून मला! पण उंच गेल्यावर जमिनीवरल्या साऱ्या वस्तू अगदी मुलांच्या खेळण्यासारख्या दिसत असतील तिथून! कुठल्याही धुंदीत इतर सर्व व्यवहार असेच क्षुद्र वाटतात मनुष्याला!''

चांगलाच काळोख पडला होता. पश्चिम दिशा पूर्णपणे काळवंडून गेली होती. काळ्याकुट्ट दिसणाऱ्या समुद्राच्या लाटांच्या आवाजातही एक प्रकारची भीषणता भासत होती. माझे प्रेमळ सासरे माझ्याशी बोलत नसून, कुणातरी कठोर, अनोळखी मनुष्याच्या तोंडून मी ऐकत असलेले शब्द येत आहेत, अशी विचित्र कल्पना माझ्या मनात येऊन गेली.

पुढ्यातल्या वाळूशी हाताने चाळा करीत ते म्हणाले,

"मी जेवून उठतो न उठतो, तोच एक गरीब मुलगा दत्त म्हणून माझ्या दारात आला. आठवड्यातून एक वार पाहिजे होता त्याला! माझे मन कळवळले. पण दुसऱ्याकरिता चार पैसे तरी खर्च करण्याची शक्ती मला कुठे होती? एकदा वाटले, पाचशे रुपयांचे पाप पचवायचे आहे आपल्याला! असे एखादे पुण्य गाठी असले, तर उपयोग होईल त्याचा! पण हा विचार आला, तसा गेला. स्वत:ची मुलेसुद्धा एखादेवेळी जिथे जड वाटू लागत, तिथे...''

"माझा नकार कानांवर पडताच तो गयावया करून म्हणाला, 'एखादा कोट

तरी द्या जुना!' मी विचार केला- आता कोटांना काय तोटा आहे आपल्याला? द्यावा तो जुना याच्या अंगावर फेकून! लगेच कोट त्याच्या अंगावर टाकून जड जेवणाने आलेली सुस्ती घालविण्याकरिता मी आडवा झालो. घटकाभर डोळा लागला असेल, नसेल! एकदम झोपेत वाटले, मालकाचे धाकटे भाऊ कपाट उघडून पाहत आहेत; त्या दप्तरातील नोटांचे पाकीट त्यांना दिसायला काय वेळ? पुऱ्या झालेल्या हिशेबात ही रक्कम नाही, हे स्वारीच्या लक्षात यायला उशीर लागणार नाही. पूर्वी प्रत्यक्षात तिजोरीतल्या रकमा जिथे गृहस्थाने बेशक उचलल्या होत्या...

"स्वत: पकडलेला उंदीर एक मांजर दुसऱ्याला कधीतरी देईल का?

"मी ताडकन उठलो आणि पैरण घालू लागलो. बायको म्हणाली, ऊन थोडं खाली होऊ दे की...

"मी उत्तर दिले, दिवाळी जवळ आली आहे ना? हिशेबाच्या कटकटीतून मोकळं व्हायला हवं एकदा! ती बिचारी काय बोलणार? संध्याकाळी बाजारातून येताना चहा-साखर आणायला तिने सांगितले. चहा-साखर आणायची. पण पैसे? शिल्लक असलेला अवघा एक रुपया त्या देऊन टाकलेल्या कोटातच होता. खिसे चांगले पाहून दिले होते मी! पण तो काही कुठे हाताला लागला नव्हता. लगेच आठवले- त्या कोटाचा उजवा खिसा फाटका आहे. तेव्हा तो रुपया त्यात कुठेतरी जाऊन बसला असेल! मनात आले- तो मुलगा आता थोडाच परत आणून देणार आहे तो रुपया? जगात लबाडी काही शिकवावी लागत नाही कुणाला! संध्याकाळी पाचशे रुपये जवळ असले, तरी त्यातली नोट इथल्या बाजारात काही मोडून चालणार नाही. काही झाले तरी उधारी करायची नाही, या माझ्या बाण्याला हरताळ लागण्याचा प्रसंग आला.

"त्यामुळे असेल किंवा दिव्याखाली अंधार असतो त्याप्रमाणे मोहाच्या मागोमाग मनस्ताप येतो त्यामुळे असेल, वाटेने जाताना माझे मन सुन्नच होते.

"मी दुकानापासून जवळजवळ हाकेच्या अंतरावर गेलो असेन. कुणीतरी मागून जोरजोराने ओरडत आहे असे मला वाटले. वळून पाहतो, तो दुपारी ज्याला कोट दिला होता तो मुलगा धावत येत होता. मी जागच्या जागी थांबलो. तो येऊन धापा टाकीत उभा राहिला. त्याच्या कपाळावरून घामाच्या धारा निथळत होत्या. बिचारा इतका दमला होता की, त्याच्या तोंडातून शब्दच फुटेना. पण डाव्या हातातील त्या जुन्या कोटाकडे बोट दाखवून त्याने घामाने ओलाचिंब झालेला रुपया माझ्या हातात ठेवला. त्या रुपयाच्या स्पर्शाने मला काय वाटले, हे सांगणे अगदी अशक्य आहे. अर्धांगवायू झालेल्या शरीराच्या भागाची हालचाल विजेच्या उपायाने सुरू होते, असे मी ऐकले होते. मोहाने निश्चेष्ट झालेल्या माझ्या मनावर त्या रुपयाचा तसाच परिणाम झाला."

बोलता बोलता ते एकदम थांबले. डोळ्यांत उभे राहिलेले पाणी त्यांनी झर्रकन पुसून टाकले, असाही भास झाला मला! मी समोर पाहिले.

अंधार पडून पुष्कळ वेळ झाल्यामुळेच की काय, तो आता उजळल्यासारखा दिसत होता. समुद्राच्या लाटांच्या आवाजातली मधुर तालबद्धताही आताच प्रथम माझ्या ध्यानात आली.

ते पुढे म्हणाले,

"भर उन्हातून धावत आलेल्या त्या मुलाला घेऊन मी दुकानावर गेलो. मालक तक्क्या उशाशी घेऊन लवंडले होते. त्यांनी आश्चर्याने विचारले, 'इतक्या उन्हाचेसे आलात?' मी काहीच उत्तर दिले नाही. 'हा मुलगा कुठला?' 'गरीब आहे बिचारा! वार हवाय त्याला एक!' मालक चटकन 'येऊ दे की आमच्याकडे' असे म्हणतील अशी आशा होती मला! पण ते डोळे मिटून स्वस्थ पडले. मी पेटीवरल्या किल्ल्या घेऊन ते जुने दप्तर काढले आणि त्या पाचशेच्या नोटा हातात घेऊन बाहेर आलो.

"हे पाचशे रुपये..."

"माझे शब्द ऐकताच मालकांनी डोळे उघडले.

"त्या रकमेची हकिकत ऐकताच त्यांनी माझ्याकडे विलक्षण नजरेने पाहिले. मनुष्य इतका प्रामाणिक असू शकतो, अशी कल्पनाच नव्हती त्यांची!

"त्यांनी त्या मुलाला वार दिला.

"पुढे माझा मुलगा मॅट्रिकमध्ये वर आला, तेव्हा त्याला कॉलेजात जायला मदतही केली. या कोटाने माझा अध:पात टाळला त्या दिवशी! त्यामुळे तो मला इतका आवडू लागला की, मी त्या मुलाला नवा कोट करून दिला आणि हा घरात जपून ठेवला. सणावारी हौसेने वापरतो मी तो! गावातले लोक या कोटामुळेच कद्रू म्हणतात मला!"

हसत हसत ते उठले. मीही टोपीवरली वाळू झाडीत उठलो आणि बॅटरीचा प्रकाश पाडला.

समुद्राला भरती येऊ लागल्याची स्पष्ट चिन्हे दिसत होती.

प्रसन्न मनाने मी वर पाहिले.

अंधारात चमकणाऱ्या ध्रुवाचे तेज किती मोहक दिसले मला त्यावेळी!

१९३६

दोन चित्रे

७०८

त्या दोन चित्रांपैकी अधिक मोहक कोणते, हे अनेक रसिकांनासुद्धा सांगता येईना! मग सामान्य प्रेक्षकाची काय कथा? एक रंगेल तरुण तर ती दोन्ही चित्रे पाहून उद्गारला,

"प्रियकरणीच्या गालांत डावं-उजवं ठरवायचं तरी कसं बुवा?"

तसे पाहिले, तर त्या चित्रात साम्यापेक्षा विरोधच अधिक होता. एकाचे नाव 'स्वप्न', तर दुसऱ्याचे नाव 'जागृती!'

'स्वप्ना'त एक सतरा-अठरा वर्षांची सुंदर तरुणी दाखविली होती. झोपेत तिचा पदर बाजूला सरकल्याचे दृश्य चित्रकाराने रेखाटले होते. स्वप्नात भेटलेला प्रियकर पाहण्याकरिता ती डोळे उघडते तो समोर कुणी नाही, असे तिला दिसून येते. स्वप्नातील प्रियकराची अंधूक मूर्ती मोहक रीतीने चित्रित करण्यात जे कौशल्य चित्रकाराने व्यक्त केले होते, तेच तिचा बाजूला पडलेला पदर यथार्थ रीतीने प्रतिबिंबित करण्यातही प्रकट होत होते.

'जागृती'मधील स्त्रीचा पदरही बाजूलाच झाला होता. पण ती वयाने थोडी प्रौढ- सुमारे पंचवीस वर्षांची असावी. तिचे सात-आठ महिन्यांचे तान्हे मूल नुकतेच जागे होऊन आनंदाने आईचे दूध पीत होते. एका हाताने आईच्या पदराशी खेळत, मधूनमधून अर्ध्याउघड्या डोळ्यांनी तिच्याकडे लाडिकपणे पाहत त्या बाळजीवाचे स्तनपान चालले आहे, असे ते दृश्य होते. बालकाची मूर्ती आणि त्याने बाजूला केलेल्या आईच्या पदराचे चित्रण या गोष्टी कलावंताच्या कौशल्याचे साक्षीदारच होते.

प्रदर्शनातील चित्रांना लहान-मोठी अनेक बक्षिसे ठेवली होती. पण सुवर्णपदके अवघी दोनच होती. एक, ज्या आर्यधर्मभूषण सरदार इंगळ्यांच्या पुरस्काराने हे प्रदर्शन भरले होते त्यांचे व दुसरे लोकांच्या देणग्यांमधून ठेवलेले! प्रत्येक चित्रकाराने आपले नाव मोहरबंद पाकिटात घालून त्याच्यावर चित्राचे नाव लिहिले होते.

त्यामुळे निकालात पक्षपात होण्याचा मुळीच संभव नव्हता. झिटापिशिअम बोल्शेव्हिझमपर्यंत सर्व विषयांचे ज्ञान वृद्ध सरदारसाहेबांना असल्यामुळे ते आपल्या पदकाकरिता कोणत्या चित्रांची निवड करतात, इकडे जसे लोकांचे लक्ष होते, त्याप्रमाणे लोकांची आवड आपल्याशी कितपत जुळते, हे पाहायला इंगळेसाहेबही उत्सुक होते.

निकालाच्या दिवशी प्रेक्षकगण उपस्थित झाला. ज्यांनी प्रदर्शनात चित्रे ठेवली होती, ते कलावंतही उत्सुकतेने आले. सरदारसाहेबांना अध्यक्षस्थान अलंकृत करण्याचा जन्मसिद्ध हक्कच होता. त्याची अंमलबजावणी करून त्यांनी चित्रकलेविषयी प्रास्ताविक भाषण केले. प्राचीन काळी आपल्या देशात या कलेचा किती उत्कर्ष झाला होता हे सांगताना त्यांनी संस्कृत कवींच्या रमणीच्या स्तनाग्रांवर नखांनी चित्रे काढण्याच्या कल्पनेचाही उल्लेख केला.

तरुण श्रोत्यांनी टाळ्यांच्या कडकडाटात त्यांच्या या सूक्ष्म संशोधनाचे स्वागत केले.

नंतर सरदारसाहेबांनी आपला स्वत:चा निकाल जाहीर केला. त्यांच्या मते 'जागृती' हे चित्र उघडउघड उत्कृष्ट होते. स्वत:च्या सुवर्णपदकाप्रमाणे जनतेचे सुवर्णपदकही त्याच चित्राला मिळेल, असे त्यांनी मोठ्या आत्मविश्वासाने सांगितले.

प्रदर्शनाच्या वेळी प्रेक्षकांची मते नोंदविण्याची व्यवस्था केली होती. त्या मतांची आता मोजणी झाली. लोकांच्या दृष्टीने 'स्वप्न' हे चित्र 'जागृती'पेक्षा सरस ठरले.

सर्वज्ञ सरदार इंगळे क्षणभर गडबडले. पण पानिपतावर धारातीर्थी पडलेल्या वीरांचे ते वंशज होते. त्यांनी पदकदानाच्या समारंभाला एकदम सुरुवात केली. गीतेतला का गरुडपुराणातला एक संस्कृत श्लोक म्हणून व त्याचा अन्वय-अर्थ सांगून ते बोलते झाले,

"दोन्ही पदके एकाच चित्राला मिळाली असती, तर दुधात साखर पडली असती. पण ती चहात पडावी अशी प्रभू रामरायाची इच्छा होती. ईश्वरी इच्छेपुढे कुणाचा इलाज आहे? बहुजन समाज नेहमी चुकत असतो, असे एका पाश्चात्त्य लेखकाने म्हटले आहे. सेन नाव आहे त्याचे! गणनाथ सेन, की- (श्रोत्यांतून एक ओरडतो 'इब्सेन')- असेल, तेही असेल! पाश्चात्त्य लेखकांशी नावापुरतासुद्धा संबंध ठेवणे फार धोक्याचे आहे. एकजण सांगतो, वाटेल त्या बाईने वाटेल त्या बोवाचा हात धरून वाटेल ते करावे, तर दुसरा उपदेश करतो, देवबीव सब झूट आहे. युरोपात पेशवाई असती तर असल्या लेखकांना हत्तीच्या पायी दिले असते. निदान त्यांची गाढवावरून धिंड तरी निघालीच असती, पण..."

सरदारसाहेबांबरोबर श्रोत्यांनीही सुस्कारा सोडला. भलत्याच रुळांवर जाणारी

त्यांच्या वक्तृत्वाची आगगाडी 'पण'पाशी एकदम थांबते, असा श्रोत्यांचा आजपर्यंतचा अनुभव होता. आपल्या पांढऱ्याशुभ्र मिशांवरून हात फिरवीत सरदार गर्जू लागले,

"जागृती हे चित्र 'स्वप्ना'पेक्षा अधिक चांगले आहे, हे एखादा आंधळाही सांगू शकेल. आपल्या देशाला आज कशाची जरूर आहे? स्वप्नांची? छे छे! स्वप्नातसुद्धा असे कुणी म्हणणार नाही. देशाला जागृती हवी आहे, जागृती! आता स्वप्ने पुरे झाली. अलीकडे पाश्चात्त्य देशांत स्वप्नांचे स्तोम फार माजत चालले आहे. लॉइड जॉर्ज, की लॉइड हेरॉल्ड- (श्रोत्यांतून पुन्हा आवाज 'फ्रॉईड')- असेल; कुणीही असेल! या नवमतवाद्यांचे नाव घेणे हेसुद्धा पाप आहे मोठे!"

हॅम्लेटच्या सर्व भूमिकांना आपल्या अभिनयाने लाजवीत सरदारसाहेब म्हणाले,

"हे चित्र पाहा आणि हे चित्र पाहा! दोन्ही चित्रकारांच्या कलमांचे कौशल्य कुणीही कबूल करील. पण एकाला आर्य हृदय आहे. दुसरा पाश्चात्त्यांच्या जडवादाला बळी पडला आहे. 'जागृती' हे आर्य संस्कृतीचे मूर्तिमंत चित्र आहे. आई मुलाकरता केवढा स्वार्थत्याग करते, याचे हे दृश्य पाहून कोण सद्गदित होणार नाही? हे चित्र पाहताना मलासुद्धा लहान मूल व्हावेसे वाटले. आता 'स्वप्न' पाहा. यात त्याग आहे का काही? कलेच्या क्षेत्रात भलता सोवळेपणा मानणारा मनुष्य मी नाही. पण 'स्वप्न' या चित्रातल्या बाईचा पदर चित्रकाराने जरा व्यवस्थित राहू दिला असता, तर काय बिघडले असते? 'जागृती'मधील बाईचा पदर बाजूला झालेला आहे खरा; पण तो तिच्या चिमण्याने... छबकड्याने... छकुल्याने हाताने धरून ओढल्यामुळे! 'स्वप्ना'मध्ये तसे काहीच नाही. पदर बाजूला व्हायला काही कार्यकारणभाव नको का? (हशा) आपणासारख्या सुज्ञांना यापेक्षा अधिक काय सांगायचे?

"बहुजन समाजाची अभिरुची अजून सुसंस्कृत झाली नसल्यामुळे त्याच्याकडून 'स्वप्न' या चित्राला पदक मिळाले आहे. ही मते अल्लड तरुण तरुणींचीच असावीत! तसा मी शृंगाराविरुद्ध आहे असे मुळीच नाही. माझी चार लग्ने झाली असून, मला सतरा मुले, नऊ नातवंडे व तीन पणतवंडे आहेत हे जगजाहीर आहे. पण शृंगार झाला तरी तो आर्यशृंगार हवा. ऋषिमुनींच्या या पुण्यभूमीला शोभणारा शृंगार हवा! वेडावाकडा पाश्चात्त्य शृंगार नको. आता वेळ फार झाला आहे. तेव्हा सर्व कलावंतांना आमचे आग्रहाचे सांगणे एवढेच आहे की, त्यांनी 'जागृती' काढणाऱ्या चित्रकाराचे अनुकरण करावे, 'स्वप्न' काढणाऱ्या चित्रकाराच्या पावलावर पाऊल टाकून समाजाला अधोगतीला नेऊ नये."

भाषण आवडल्यामुळे की संपल्यामुळे, कुणाला ठाऊक; पण टाळ्यांचा प्रचंड कडकडाट झाला. 'जागृती' चित्राचे पाकीट फोडून चित्रकाराचे नाव जाहीर करण्यात आले. यशस्वी चित्रकार पुढे आला.

तिशी नुकतीच उलटलेली, गौरवर्ण, सडपातळ अंगलट, मुखावर मधुर

स्मित! वृद्ध सरदार साहेबांनाही त्याला पाहून आनंद झाला. पदक घेऊन सर्वांना नमस्कार करताना त्या चित्रकाराचे डोळे लोकांना स्पष्ट दिसू लागले. जगातल्या हरतऱ्हेच्या चंचल सौंदर्याचे चटकन प्रतिबिंब घेणारे पाणी त्यांच्यात चमकत होते.

सरदारसाहेबांच्या हातून पदक घेण्याकरिता 'स्वप्न' काढणारा चित्रकार पुढे येईल की काय, याची आता सर्वांनाच शंका वाटू लागली होती. पण या शंकेपेक्षाही त्या चित्रकाराचे नाव जाणण्याची इच्छा त्यांच्या मनात अधिक तीव्र झाली.

चिटणिसांनी पाकीट फोडून नाव पाहिले. त्यांच्या तोंडातून शब्दच उमटेना! सरदारसाहेब त्यांच्याकडे पाहतच राहिले. पण चिटणिसांना काही केल्या वाचा फुटण्याचे लक्षण दिसेना! त्यांनी त्यांच्या हातांतील कागद खसकन ओढून घेऊन पाहिले. चिटणिसांना झालेला रोग सांसर्गिक आहे, हे प्रेक्षकांना कळून चुकले. सरदारसाहेबही पुतळ्याप्रमाणे स्तब्ध बसले.

शेवटी प्रेक्षकांना कळले, की 'स्वप्न' हे चित्रही पहिल्याच चित्रकाराचे आहे.

त्यांना धक्का बसला; पण त्यात आनंदाचाच अंश अधिक होता.

सरदारसाहेबांनी होते नव्हते तेवढे प्रसंगावधान गोळा केले. पानिपतावरील आपल्या शूर पूर्वजांचे स्मरण करून त्यांनी त्या चित्रकाराला द्वंद्वयुद्धाचे आव्हान दिले.

"हे दुसरं चित्रही तुमचंच आहे?"

"हो!"

"फार पूर्वी- शाळेत असताना काढलं असेल हे!"

"छे! एकाच वेळी काढली दोन्ही, प्रदर्शनाची योजना जाहीर झाल्यावर."

"हे दुसरं चित्र एखाद्या इंग्रजी चित्रावरून घेतलं असेल बहुधा! नाही?"

चित्रकाराच्या चेहऱ्यावर तिरस्काराची छटा येऊन गेली.

"दोन्ही चित्रे आपल्याच समाजातील आहेत." तो शक्य तितक्या शांतपणे म्हणाला.

"आपल्या समाजातील?"

"हो. तुमच्या आमच्या- सर्वांच्या घरातील! या दोन्ही चित्रांतले अनुभव माझेच आहेत. आयुष्यातल्या उत्कट क्षणांचे सौंदर्य कलावंताच्या हृदयात नेहमी जागृत असते. पहिल्या चित्रातला सुखक्षण मी अलीकडे अनुभवला. 'स्वप्ना'तला सुखक्षण पाच-सहा वर्षांपूर्वीचा आहे, एवढाच काय तो या दोन चित्रांत फरक!"

सरदारसाहेब मनातल्या मनात रामरक्षा म्हणू लागले.

दुसरे दिवशी 'स्वप्न' हे चित्र विकत घेण्याच्या इच्छेने चित्रकाराकडे काही रसिक गेले. ते आधीच विकले गेले होते. एका दृष्टीने या गोष्टीत आश्चर्य करण्यासारखे काहीच नव्हते. त्यांनी सहज हे विकत घेणाऱ्या कलाप्रेमी मनुष्याचे नाव विचारले.

चित्रकार क्षणभर गोंधळून उत्तरला,

''सरदार इंगळे.''

आर्यधर्मसंरक्षक ही एका शंकराचार्यांनी दिलेली पदवी त्यांच्या नावापूर्वी लावण्याचे भानच राहिले नाही त्याला!

असले चित्र नेहमी लोकांच्या दृष्टीला पडून आर्यसंस्कृतीला धोका येईल, या भीतीनेच त्यांनी ते विकत घेतले असावे! बंगल्यातल्या दिवाणखान्यात तरी ते लावायची सोय कुठे होती? येणारे-जाणारे लोक तिथेच नेहमी बसत. त्यांची आर्यसंस्कृती...

तो प्रश्न सोडून दिला, तरी घरातली सतरा मुले, त्यांच्या दहा-बारा बायका, नऊ नातवंडे आणि पणतवंडे यांच्या दृष्टीला ते चित्र सहज पडेल असे लावण्याइतके सरदारसाहेब गाफील नव्हते. नाइलाजाने त्यांनी ते आपल्या रंगमहालातच टांगले.

१९३६
∎

देव कुठे आहे?

सोनोपंत गडबडीने गीता वाचीत होते. त्यांचे लक्ष पुढ्यातल्या पुस्तकातल्या श्लोकांकडे होते की, उजवीकडल्या कोपऱ्यातल्या घड्याळ्याकडे होते, हे सांगणे मात्र कठीण होते. त्यांच्या तोंडातून निघणाऱ्या शब्दांचे उच्चार पाणिनीने ऐकले असते, तर त्यांनी रागावलेल्या पाणिनीला सरळ सांगितले असते,

"मला घरी बसून नुसतं व्याकरण लिहायचं नाही. उद्योगधंदा करायचाय!"

घड्याळात खणकन एक ठोका पडला. सोनोपंतांनी टुणकन उडी मारली. साडेसात झाले होते. गीतेचा अध्यायही संपला होता. ते कद सोडून धोतर नेसू लागले तेव्हा त्यांची पत्नी म्हणाली,

"बाळूलाही घेऊन जावं बरोबर! त्याला मोटारीत बसायची फार हौस आहे!"

"गप्प कुठं बसतो तो? हे विचार... ते विचार..."

"लहानच आहे तो अजून!"

"लहान?" सोनोपंत रंगात येऊन बोलू लागले, "अगं, मोठमोठ्यांना तोंडात बोट घालायला लावील त्याची बुद्धी! परवा एक म्हातारे शास्त्रीबुवा भेटले. कुणी तरी मेल्याची बातमी सांगत होते ते! बाळूने त्यांना विचारले, माणसं कशी मरतात? शास्त्रीबुवांनी उत्तर दिले, ती म्हातारी झाली, म्हणजे मरतात! लगेच बाळूने प्रश्न केला, तुम्हीसुद्धा म्हातारे आहात की! मग तुम्ही कसे अजून मेला नाही?"

बाळूच्या बुद्धिमत्तेचा हा इतिहास वडील रंगात येऊन सांगत होते.

आई तो मोठ्या कौतुकाने ऐकत होती.

वडील शिरा खायला बसले. 'बाळू, बाळू' म्हणून त्यांनी हाक मारली. पण बाळूचा कुठेच पत्ता नव्हता.

"परत यायला उशीर होईल मला! तेव्हा बाळूला थोडं खायला देऊनच माझ्याबरोबर पाठवा!"

दोघांनीही बाळूला खूप हाका मारल्या. पण कुठूनच 'ओ' येईना.

सोनोपंत त्याला शोधण्याकरिता माडीवर आले. बाळू तिथे होता. पण तो एका महत्त्वाच्या कामात गुंग झाला होता.

खोलीच्या कोपऱ्यात चिमण्यांनी आपले घरटे बांधले होते. त्या चिमण्यांविरुद्ध त्याची मोहीम सुरू झाली होती. तो टाळ्या वाजवीत होता, मधूनमधून खडे मारीत होता नि तोंडाने 'शू! शू!' असे काहीतरी ओरडत होता.

घरट्यातल्या चिमण्या घाबरून गेल्या होत्या. त्यांचा कापूस नि काड्या खाली गळून पडू लागल्या होत्या.

सोनोपंतांना गीतेतल्या एका चरणाची आठवण झाली :

'ईश्वरः सर्वभूतानां हृद्देशेऽर्जुन तिष्ठति !'

त्यांनी पुढे होऊन बाळूचा हात धरला.

बाळू तावातावाने म्हणाला,

''इथं घाण करताहेत या चिमण्या!''

''करू देत. काड्या नि कापूस उचलून टाकायला काही कष्ट पडत नाहीत!''

''पण...''

''पण नाही नि बिण नाही. तू मोठा झाल्यावर तुला कळेल. भगवंतांनी गीतेत सांगितले आहे, की प्रत्येक प्राण्यामध्ये देव आहे!''

''या चिमण्यांमध्येसुद्धा?''

सोनोपंतांनी मान डोलावली.

बाळूने खडे बाहेर फेकून दिले. त्याचे डोळे पाणावले. जणूकाही ते त्या घरट्यातल्या चिमण्यांची क्षमा मागत होते.

मोटारीतून जाताना बाळूने सोनोपंतांना प्रश्न विचारून अगदी सतावून सोडले.

''बाबा, त्या वडाच्या झाडात देव आहे का? नि त्या मेंढरांमध्ये? त्या लंगड्या कुत्र्यामध्ये?''

सोनोपंत दरवेळेला होकारार्थी मान हलवीत होते. हलवून हलवून त्यांची मान दुखू लागली. पण बाळूचे प्रश्न काही संपेनात! कुठून तो गीतेचा चरण आपल्याला आठवला, असे त्यांना होऊन गेले. भगवान श्रीकृष्णाचा त्यांना असा राग आला! त्याने तो चरण अर्जुनाला सांगितला नसता, तर त्याचे काय तीन चव्वल खर्च होणार होते?

बाळू मोटारीतून खाली उतरताच जवळ दिसणाऱ्या नदीकडे धावला. थोडा वेळ पाण्यात खेळून तो परत येऊन पाहतो, तो आपले बाबा एका झोपडीपाशी उभे आहेत, त्यांच्याजवळच दोन-तीन पोलिसांसारखे दिसणारे लोक रागारागाने बोलत आहेत. दोन-तीन माणसे एका झोपडीतून मडकी, रकटी वगैरे वस्तू बाहेर आणून

तपाशीत आहेत आणि झोपडीच्या दारातच एक आजीबाई, दोन पुरुष नि तीन-चार मुले डोळ्यांत पाणी आणून हे सारे पाहत आहेत.

आपले बाबा हे काय करीत आहेत ते बाळूला कळेना; पण त्याच्या डोळ्यांपुढे मघाचे ते चिमणीचे घरटे उभे राहिले.

घरटे नि झोपडे, कापूस आणि रकटी, नकळत त्याचे मन तुलना करू लागले. ते म्हणत होते : आपण सकाळी चिमण्यांना त्यांच्या घरट्यातून हुसकावून लावीत होतो, तेव्हा बाबांना ते आवडले नाही. नि आता तेच बाबा या माणसांना या झोपडीबाहेर का हुसकावून लावीत आहेत?

सोनोपंतांशी हळूच जाऊन त्याने विचारले,

''हे काय हो बाबा?''

किंचित रागानेच सोनोपंतांनी उत्तर दिले,

''जप्ती!''

बाळूने हा शब्द कधीच ऐकला नव्हता!

मडक्यांत नि रकट्यांत एक पैसुद्धा सापडली नव्हती! त्यामुळे चिडून गेलेले सोनोपंत काहीतरी बोलणार, इतक्यात बाळू म्हणाला,

''बाबा, सर्व प्राण्यांत देव असतो ना हो?''

''गप्प बैस! नाहीतर मुस्काटात मारीन!'' सोनोपंत ओरडले.

बाळू पुढे बोलला नाही; पण झोपडीच्या दारात बसलेली ती माणसे जेव्हा रडू लागली, तेव्हा मात्र त्याच्याही डोळ्यांत पाणी उभे राहिले.

दुसरे दिवशी वर्गात देवाची कविता शिकविताना मास्तरांनी प्रश्न केला,

''देव कुठे असतो, हे कुणाला ठाऊक आहे?''

बाळूने एकदम हात वर केला.

''कुठे असतो, सांग.'' मास्तरांनी विचारले.

''चिमण्यांत!'' बाळूने शांतपणे उत्तर दिले.

''नि माणसांत?'' मास्तरांना त्याच्या या उत्तराचे आश्चर्य वाटून त्यांनी प्रश्न केला.

बाळू उत्तरला,

''अं हं! देव माणसात असत नाही; तो चिमण्यांतच असतो!''

१९४०

∎

करुण-कथा

“ऐकलं का...?”

विठ्ठलरावांनी ऐकले; पण ऐकले नाही! लिहिताना लेखकांची कशी समाधी लागली पाहिजे, असे त्यांनी कुठेसे वाचले होते; मग पत्नीचा प्रश्न त्यांना ऐकू यावा कसा? तसे म्हटले, तर त्यांची समाधी होती लुटुपुटुचीच; पण जगात खोट्या गोष्टीदेखील खऱ्या म्हणून चालत नाहीत का? साक्षी, सबबी आणि साधू यात खऱ्यापेक्षा खोट्याचाच भरणा अधिक आढळतो.

“म्हटलं, ऐकलं का?” जरा वरचा सूर लावून रखमाबाई म्हणाल्या.

“कान काही फुटले नाहीत माझे.” असे उत्तर विठ्ठलरावांच्या जिभेच्या शेंड्यावर आले; पण जोत्यावरून खाली पडणाऱ्या अवखळ मुलाला आईने धावून मागे घ्यावे, त्याप्रमाणे मोठ्या मनोनिग्रहाने त्यांनी ते आवरले. या त्रासामुळे आपली समाधी सविकल्प झाली, असे मात्र त्यांना वाटू लागले. वाङ्मयाचा सविकल्प समाधीशी कसला तरी संबंध आहे, असे त्यांच्या वाचनात नुकतेच आले होते! यामुळे पत्नीशी एक अक्षरदेखील न बोलता हातातील फाउंटन पेन कागदावर हलवीत ते विचार करू लागले.

ही समाधी पाहून, तिची पूजा करण्याची बुद्धी रखमाबाईंना व्हावी यात नवल ते काय? आधीच स्त्रिया भाविक! त्यात रखमाबाई म्हणजे अगदी अस्सल आर्य स्त्री! उखाण्याखेरीज नवऱ्याचे नाव लग्न झाल्यापासून गेल्या दहा वर्षांत तिने कधीच घेतले नव्हते! पंचमातल्या आवाजाचाही उपयोग होत नाही, असे पाहून तिने सप्तमात प्रवेश केला.

“म्हटलं... सोन्याची फुलं पाहिली का ही? उभ्या जगात नाही पाहायला मिळणार असली जोडी!”

उष्णतेने वितळत नाही, असा जगात कोणता पदार्थ आहे? फरक काय तो

उष्णतेच्या प्रमाणाचा! रखमाबाईंच्या या शेवटच्या वाक्याने विठ्ठलरावांची समाधी साफ उतरली. ते रागारागाने म्हणाले,

"खरंच, जगात पाहायला मिळणार नाही असली जोडी!"

"खरं ना?" रखमाबाईंनी आपला स्वर खालावून विचारले.

बायकांचा कंठ उपजतच गायकासारखा असतो. वरच्या स्वरातून त्या क्षणार्धात अगदी खाली येऊ शकतात.

"अगदी खरं!" विठ्ठलराव संतापून म्हणाले, "तुझ्यामाझ्यासारखी नवरा-बायकोची जोडी उभ्या जगात नाही मिळायची कुठं!"

"झालं काय मेलं असं डोक्यात राख घालायला?"

"तुझ्यासारखी आग आहे ना डोक्यावर येऊन बसलेली !"

आता मात्र रखमाबाईंना राग आवरेना. ज्वालामुखीचा स्फोट होताच त्याच्यावरल्या हिरवळीचा मागमूससुद्धा नाहीसा होतो. रखमाबाईंचेही तसेच झाले. त्या संतापाने म्हणाल्या,

"उठल्यासुटल्या मेलं चिडणं आणि रडणं! कधी सुखाचा शब्द? शेजार-घरच्या त्या पाहुणीची फुलं दाखवायला आणली... म्हटलं, आवडतील इकडे... नि..."

"आवडतील इकडं...!" वेडावीत विठ्ठलराव उद्गारले, "ठाऊक आहे, इकडच्या आवडीची किंमत तिकडं काय आहे ती! भलत्या वेळी भलत्या गोष्टी! कशी चांगली जुळत होती गोष्ट मनात; पण तुला काय त्याचं? आम्ही मेहनत करून गुलाब वाढवावा आणि वानराने तो ओरबाडून टाकावा!"

आपला नवरा पडला लेखक! त्याची उपमा चुकीची ठरू नये म्हणूनच की काय, वानरासारख्या वाकुल्या दाखवीत रखमाबाई तिथून निघून गेल्या.

विठ्ठलराव पुन्हा समाधी लावण्याचा विचार करू लागले. त्यांच्या डोळ्यांपुढे पाचशे रुपयांचे बक्षीस नाचत होते. एका प्रसिद्ध मासिकाने करुणरसप्रधान सर्वोत्कृष्ट गोष्टीला ते बक्षीस देण्याचे जाहीर केले होते. अलीकडे विठ्ठलराव त्या गोष्टीची जुळवाजुळव करण्याच्या नादात असत. पण लहान मुलांच्या हातात नुसती पाटी-पेन्सील दिली, म्हणून त्याला लिहिता येते थोडेच! त्याच्या पाटीवर वेड्यावाकड्या रेघोट्यांखेरीज जसे दुसरे काही दिसायचे नाही, त्याप्रमाणे विठ्ठलरावांच्या मनातही असंबद्ध कल्पनांखेरीज अजून दुसरे काहीच जमा झाले नव्हते. आज गोष्टीला सुरुवात करायचीच अशा निर्धाराने ते बसले होते... पण म्हणतात ना, कुऱ्हाडीचा दांडा गोताला काळ! रखमाबाई ती फुले घेऊन आल्या अन्...

कथा करुणरसप्रधान व्हायला हवी! करुणा- दया- दया धरमका मूल है! आपण धार्मिक आहो, याबद्दल विठ्ठलरावांना कधीच संशय नव्हता. आईबापांचे

श्राद्ध-पक्ष करण्याच्या कामी त्यांनी एकदासुद्धा चुकारतट्टूपणा दाखविला नव्हता.

विठ्ठलराव गोष्टीचा विचार करू लागले. संन्याशाच्या लग्नाची शेंडीपासून तयारी! कुणावर बरे गोष्ट लिहावी? कोपऱ्यावरला मलूल चेहऱ्याचा इराणी- किती दुःखी दिसतो तो! त्याचे दुःख जर आपण शोधून काढले... 'साध्याही विषयात आशय कधी मोठा किती आढळे.' वर्तमानपत्रे विकणारी पोरे... दूध घालणारे भय्ये... 'दो आना कोइबी चीज' असा आक्रोश करीत जाणारे फेरीवाले... अनेक दीन-दुःखी लोक विठ्ठलरावांच्या डोळ्यांपुढे उभे राहिले; पण गोष्ट काही केल्या जमेना! समोर पडलेले वर्तमानपत्र त्यांनी सहज उचलले. त्यांची दृष्टी खालील मजकुरावर अगदी खिळून गेली...

'शहरातल्या लोकांना खेड्यांतील दुःखे कशी कळणार? भारतभूमीचे खरे हृदय- दुःखाने गांजलेले, दारिद्र्याने तळमळणारे आणि आशेने तडफडणारे हृदय- खेड्यातच आढळेल. थोर थोर पुढारी, खेड्याकडे चला, असा उपदेश करीत आहेत, याचे रहस्य हेच आहे. मुंबईसारख्या शहरात तुम्हाला देशाचा शृंगार आढळेल; पण देशाचे कारुण्य- ते कारुण्य पाहायचे असेल, तर खेडेगावातच गेले पाहिजे.'

विठ्ठलरावांनी तत्काळ निश्चय केला. खेडेगावात जायचे आणि तिथला अनुभव घेऊन अशी हृदयद्रावक करुणकथा लिहायची, की...

कोकणातल्या एका खेडेगावी त्यांचे मेव्हणे डॉक्टर होते. 'उद्याच्या बोटीने तुमच्याकडे येत आहो,' अशी त्यांना तार करून विठ्ठलराव बांधाबांध करू लागले. आपल्या माहेराविषयी प्रेमाचा पान्हा पतिराजांना आजच का फुटला, हे रखमाबाईंना काही केल्या कळेना! पण विद्यार्थ्याला सुट्टी आणि बायकांना माहेर कधी नकोसे झाले आहे का?

दुसऱ्या दिवशी बोटीत वरच्या वर्गात विठ्ठलराव रखमाबाईंसह प्रवेश करते झाले. सामान आणणारा हमाल त्यांच्याकडे अधिक पैसे मागू लागला.

"रावसाब, गरिबाची पोरं दुवा देतील तुम्हाला... चहा-पाण्याला द्या की काही..."

"तू चहा पितोस? बाबा, चहा फार वाईट आहे प्रकृतीला!"

"फाटके कपडे घालतुया, रावसाब..."

"तुझ्या अंगावर कपडे तरी आहेत. अरे, महात्मा गांधी नुसता पंचा नेसून राहतात... पंचा!"

बिचारा हमाल हिरमुसला होऊन गेला.

रखमाबाईंना पतिराजांच्या व्यवहारदक्षतेचे कौतुक वाटले आणि विठ्ठलराव आपल्या करुण-कथेचा विषय शोधण्यात दंग होऊन गेले.

थोड्या वेळाने तिकडची नजर एका सुंदर बाईवर खिळली आहे, हे रखमाबाईंच्या लक्षात आले. त्या फणकाऱ्याने म्हणाल्या,

"इश्श! तिकडं काय मेलं हे पाह्यचं असं सारखं? मनाची नसली, तरी जनाची..."

विठ्ठलराव शुद्धीवर येऊन म्हणाले,

"अगं, सूक्ष्म निरीक्षण करीत होतो मी गोष्टीसाठी! तुम्ही बायका म्हणजे..."

"हो... हो... आणि पुरुष म्हणजे... थंडी वाजतेय मला! तेवढा रग तरी काढून द्यावा बिछान्यातला!"

वाघासारखे पट्टे असलेला रग विठ्ठलरावांनी काढला व तो रखमाबाईंच्या अंगावर घालीत ते पुटपुटले,

"आता कशी वाघीण छान शोभायला लागली!"

रखमाबाई गुरगुरल्या, मात्र आपली उपमा समर्पक असल्याची विठ्ठलरावांना खात्री पटली.

मेव्हण्याच्या घरी पाऊल टाकल्याबरोबर विठ्ठलरावांनी करुणकथेकरिता निरीक्षणाला प्रारंभ केला.

त्यांच्या घरासमोरच्या माडाच्या बागांत एक बैल जमिनीवर बसला होता. पुढ्यात टाकलेल्या गवताला त्याने तोंडदेखील लावले नव्हते.

विठ्ठलरावांना मोठे आश्चर्य वाटले. बैलाजवळ जाऊन त्यांनी पाहिले. त्या बिचाऱ्याने मुळीच हालचाल केली नाही.

"आजारी आहे वाटते बैल?" त्यांनी जवळून जाणाऱ्या एका माणसाला प्रश्न केला.

त्या मनुष्याच्या कोकणी बोलण्यातून विठ्ठलरावांना एवढाच अर्थबोध झाला की, त्या बैलाला त्याच्या जोडीदाराबरोबर आंबोलीला राखणीला ठेवले होते. तिथे ते दोघे चरत असताना एका वाघाने त्याच्याबरोबरच्या बैलाला ठार मारले. त्याला इथे आणले, तरी अजून हा फिरत नाही की चरत नाही.

विठ्ठलराव करुणकथेला विषय सापडला अशा आनंदाने घरी परत आले.

अहाहा! केवढं हे पशूचं प्रेम! बरोबरचा बैल मेला, म्हणून या बैलाने खाणे-पिणेसुद्धा सोडले. या विषयावरील गोष्ट जितकी करुण, तितकीच उपदेशपर होईल. एकमेकांशी भांडणारे दोन भाऊ दाखवावेत, त्यांच्याच घरात ही बैलांची जोडी आहे असे चित्र रेखाटावे. या बैलांचे प्रेम पाहून त्या भांडणाऱ्या भावांना उपरती होते, असा

गोष्टीचा शेवट करावा- टिपे गळतील लोकांच्या डोळ्यांतून या करुण कथानकाने!

त्यांना इतका आनंद झाला की, तो त्यांच्या पोटात मावेना. बोट लागल्यामुळे रखमाबाई रग पांघरून निजल्या होत्या, तिथे ते गेले व म्हणाले,

"अगं, बैल पाहिलास का तो?"

पांघरुणात गुरफटलेले डोके वर न करता त्या म्हणाल्या,

"पाहिला बैल! बैल पाहायला काही मुंबई सोडून कोकणात यावं लागत नाही!"

'अरसिकेषु कवित्वनिवेदनम्' ही ओळ विठ्ठलरावांना आठवली. तथापि, ते चिकाटीने बायकोला म्हणाले,

"किती प्रेमळ बैल आहे पाहा!"

"माणसं तेवढी प्रेमळ होतील तर... मला वाजतेय थंडी!"

बायकोने य:कश्चित गोष्टीतदेखील आपले ऐकू नये, याचा विठ्ठलरावांना राग आला. सासुरवाडीला बायकोकडून अपमान करून घेण्याइतके ते कच्च्या गुरूचे चेले नव्हते. त्यांनी रखमाबाईंना दम भरला आणि त्या बिचाऱ्या रग पांघरूनच विठ्ठलरावांच्या बरोबर बैल पाहायला गेल्या.

"बघ, कसा स्वस्थ बसला आहे तो! अगदी इकडची मान तिकडे करीत नाही. आपल्या सोबत्याला वाघाने मारले, हे याच्या जिवाला इतके लागले, की..."

रखमाबाई कौतुकाने बैलापुढे जाऊन उभ्या राहिल्या.

बैलाने त्यांच्याकडे पाहिले मात्र, तो उठून उभा राहिला आणि त्याने रखमाबाईंवर शिंगे रोखली.

बैलाचा नवा अवतार पाहून विठ्ठलरावही दिङ्मूढ झाले. त्यांनी सहकुटुंब घराकडे पळ काढला; पण बैलाने तिथपर्यंत त्यांची पाठ पुरवली.

त्यांचे मेहुणे दुर्दैवाने या चमत्काराच्या वेळीच घरी परत आले. ते हसत हसत म्हणाले,

"अहो, झालं काय असं?"

"बरोबरच्या बैलाची हाय खाऊन खाणंपिणंसुद्धा सोडून दिलं होतं म्हणे या बैलानं... फार प्रेमळ बैल म्हणून हिला दाखवायला..."

"चांगलं प्रेम दाखविलंन् त्यानं तुम्हाला! अहो, वाघाला भिऊन हाय खाल्ली आहे त्या बैलानं! ताईच्या रगावर पट्टे पाहिले त्याने आणि उठला झालं बिचारा जिवाच्या आकांताने! ही प्रीती नाही विठ्ठलराव! ही भीती आहे, भीती!"

विठ्ठलरावांच्या पापण्यांच्या कडा किंचित ओलसर झाल्या. आपल्या करुणकथेचा गर्भवासातील हा मृत्यू पाहून त्यांचे मन खिन्न होऊन गेले. दु:खात सुख एवढेच की, त्या प्रेमळ बैलाने रखमाबाईंना काही इजा केली नव्हती. नाहीतर...

दोन दिवसांनी तो बैल इकडेतिकडे फिरू लागला. मधल्या उपोषणाचे पारणे फेडण्याचा त्याने अगदी निश्चय केला; पण आपली करुणकथा काल्पनिक ठरली, म्हणून विठ्ठलराव डगमगले नाहीत.

'बैलच तो बोलूनचालून; त्याला कसली आली आहे दया न् माया?' असा शेरा ठोकून त्यांनी पशुसृष्टीची आपल्या तरल डोक्यातून हकालपट्टी केली.

डॉक्टरांच्या घरासमोरच एक टेकडी होती. सकाळपासून संध्याकाळपर्यंत लोक तिचा निरनिराळ्या कारणांसाठी उपयोग करीत असत. कथेच्या चिंतनाला आवश्यक असलेला एकांत विठ्ठलरावांना या टेकडीवर मिळू लागला. तेथून भोवतालची सृष्टी पाहून त्यांना वाटे, करुणकथेला किती अनुकूल पार्श्वभूमी आहे ही! टेकडीवरून दिसणारी हजारो नारळीची झाडे त्यांना इतकी निश्चल दिसत की, जणू काय ती एखाद्या तीव्र दु:खाने बेशुद्धच पडली आहेत! समोरून ऐकू येणारा समुद्राच्या लाटांचा खळखळाट! तो ऐकून कुणीतरी ऊर पिटून आक्रोश करीत आहे, असा विठ्ठलरावांना भास होई. पण नुसती पार्श्वभूमी घेऊन काय चाटायची आहे? बोहले, मुहूर्त, वाजंत्री या सर्व गोष्टी सिद्ध असल्या, तरी उतावळ्या नवऱ्याने चतुर्भुज व्हायचे कसे? बरी-वाईट, कसली का असेना, मुलगी पाहिजे की नको?

उतावळ्या नवऱ्याला आज नाही तरी उद्या मुलगी मिळतेच मिळते. विठ्ठलरावांच्या टेकडीवरल्या आयुष्यातही अशीच सोन्यासारखी संधी प्राप्त झाली. 'परमेश्वराप्रमाणे गोष्टीचा विषयही शोधून काढणे कठीण' असे म्हणत निराशेने त्यांनी सुस्कारा टाकायला आणि कुणाचे तरी रडणे त्यांच्या कानांवर पडायला एकच गाठ पडली. त्या गंगा-यमुना पाहायला ते अगदी उत्कंठित झाले. आज कितीतरी दिवसांत त्यांनी कुणाचे रडणेच ऐकले नव्हते. दु:खाची आग, अश्रूंचे पाणी, नि:श्वासाचा वारा, फाटलेले आभाळ इत्यादी महाभूतांनीच करुणसृष्टी निर्माण होते. बिचाऱ्या विठ्ठलरावांच्या मदतीला आतापर्यंत एकही महाभूत आले नव्हते. मग त्यांची गोष्ट जुळावी कशी?

ती रडणारी व्यक्ती मधूनमधून मागे पाहत, मोठमोठे हुंदके देत, आपल्या विटक्या व फाटक्या लुगड्याच्या पदराने डोळे पुशीत पुढे आली आणि मटकन एका खडकावर बसली. या वेळी टेकडीवर दुसरे कोणी असेल अशी त्या बाईची कल्पनाही नसावी.

विठ्ठलरावांनी अगदी बारकाईने तिच्याकडे पाहिले.

कपाळाला कुंकू नाही! विधवा!

अरेरे! टेकडीवर करुणरसाचा महासागरच उत्पन्न झाला असे विठ्ठलरावांना वाटले. वैधव्याचा अग्नी बिचारीच्या हृदयाचे पाणी पाणी करीत आहे आणि ते तिच्या डोळ्यांतून वाहत आहे! आगीची आच लागलेले पान जसे सुकून जाते, तसे

तिचे लुगडे जीर्ण झाले आहे!

विठ्ठलरावांना कल्पनाच कल्पना सुचू लागल्या.

ते आपल्या कल्पनाजालात दंग असतानाच त्या बाईची नजर त्यांच्याकडे गेली. कुणीतरी परका पुरुष आपल्याकडे पाहत आहे असे वाटून तिने तोंड फिरविले.

विठ्ठलराव मनात म्हणाले,

'अरेरे! किती निर्दय हा समाज! किती राक्षसी या रूढी! विधवेला जगाला तोंड दाखविण्याचीदेखील लाज वाटावी ना? हरहर!'

या हरहराबरोबरच त्यांनी आपल्या मोहिमेला सुरुवात केली. आयती बाईची पाठ त्यांच्याकडे झाली होती. पाऊल न वाजविता ते तिच्याजवळ गेले व मागे उभे राहिले. ती रडतच होती.

'विधवेचा किती भयंकर छळ होतो हा!' ते मनात म्हणाले.

त्या बाईला धीर देऊन तिच्याकडून तिची हकिकत काढून घ्यावी, अशा विचाराने ते हळूच म्हणाले,

"बाई, तुमचं दुःख फार मोठं आहे खरं! पण..."

ती बाई एकदम चमकून उभी राहिली; पण सशाच्या भित्र्या नजरेने विठ्ठलरावांकडे पाहू लागली.

बाई जागच्या जागी उभी राहिली, हा आपला विजयच होय असे विठ्ठलरावांना वाटले. ते म्हणाले,

"बाई, तुमचं दुःख मला सांगा. एक नवरा नाही, म्हणून सबंध जन्म फुकट घालवायचा की काय?"

सशाचे एकदम सिंहात रूपांतर झाले.

ती बाई चवताळून म्हणाली,

"जळ्ळं मेल्या तुझं तोंड!"

तिच्या वैधव्याग्नीची ज्वाळा आपल्या तोंडापर्यंत पोहोचली, हे पाहून विठ्ठलराव गारच झाले. कदाचित त्या बाईचा काही गैरसमज झाला असेल, असे वाटून ते म्हणाले,

"रागावू नका अशा! माझा हेतू काही... मी... मी..."

"ठाऊक आहेत मेले सारे पुरुष... बाई दिसली की..." एवढे बोलून ती सरळ पुढे चालू लागली.

हाती आलेले सावज निसटू लागलेले पाहून शिकारी थोडाच गप्प बसतो! विठ्ठलरावही तिच्या मागोमाग जाऊ लागले. हा मनुष्य आपली पाठ सोडीत नाही असे पाहून तिने पळण्याला सुरुवात केली.

ही दु:खी विधवा आता टेकडीवरून खाली उडी टाकून आत्महत्या करणार, असे वाटून विठ्ठलरावही धावू लागले.

त्या बाईची आता अगदी खात्रीच झाली.

टेकडीवर चिटपाखरूदेखील नाही. हा हलकट मनुष्य आपल्याला धरणार! आणि भीतीने कुठे धावायचे तेच तिला कळेना. वाट सोडून ती काजीच्या रानाकडे गेली. तिथल्या झाळकीतून वाट काढणे कठीणच होते. इतक्यात तिचा पदर एका फांदीला अडकला. तो सोडवून घेण्याकरिता ती थांबते न थांबते, तोच विठ्ठलराव तिथे येऊन दाखल झाले. उंचसखल टेकडीवरून धावता धावता त्यांना एक-दोन ठेचा लागल्या होत्या आणि मधेच पाय घसरून पडल्यामुळे त्यांचे अंगही थोडेसे खरचटले होते; पण ते विठ्ठलरावांच्या गावीही नव्हते. युद्धातल्या जखमा ही वीरांची भूषणेच होत, हे वाक्य त्यांच्या अगदी रोमारोमांत भिनून गेलेले असावे.

ते अगदी जवळ आलेले पाहून ती बाई किंचाळली,

"शिवू नका हं मला!"

विठ्ठलरावांच्या करुणकथेला अधिकच रंग चढला. विधवा बाई आणि त्यातून अस्पृश्य.

"अरेरे!" ते मोठ्या कळवळ्याने म्हणाले, "तुमच्यासारख्या महार-चांभारांची फार दया येते मला! दलितवर्ग..."

नाक फेंदारून आणि डोळे लाल करून ती बाई ओरडली,

"तूच असशील मेल्या, महार नि चांभार!"

बाईला दाट झाडीतून पलीकडे पळून जाणे शक्य नाही, हे ओळखून विठ्ठलरावांनी तिची सर्व करुण हकिकत काढून घेण्याचा निश्चय केला. ते म्हणाले,

"बाई, मला कुणी परका मानू नका तुम्ही!"

झाळकीच्या पलीकडे सळसळ असा आवाज झाला; पण कुणीच दिसले नाही.

विठ्ठलराव पुढे बोलू लागले,

"तुमची सारी हकिकत सांगा मला! माझ्याबरोबर हवं तर मुंबईला चला. तिथं..."

"आयबहिणी कुणी नाहीतच का तुला?" ती बाई विचित्र स्वराने म्हणाली.

विठ्ठलराव उत्तर देणार, इतक्यात झाळकीतून रखमाबाई तेथे प्रकट झाल्या! हातातला तांब्या जमिनीवर आपटून विठ्ठलरावांच्या तोंडापुढे हात ओवाळीत त्या म्हणाल्या,

"घ्या, तिची तरी अक्कल घ्या काही!"

पुढील रेल्वे रस्ता वाहून गेल्याचे एकदम दिसताच आगगाडीच्या ड्रायव्हरची जी स्थिती होते, तीच विठ्ठलरावांची झाली. ते त-त-त-प-प-प करू लागले.

शेवटी कष्टाने त्यांच्या तोंडातून एक सुसंबद्ध वाक्य बाहेर पडले,

''अगं, पण ऐकून घेशील की नाही माझं?''

''इतका वेळ ऐकतच होते की, आड राहून! काय म्हणे, सृष्टि-सौंदर्य पाहायला जातो टेकडीवर! ही सृष्टी वाटतं तुमची अन् हे सौंदर्य पाहायलाच धावत होता वाटतं हिच्यामागनं?''

''अगं, तसं नव्हे! ती माझी करुणकथा...''

''ठाऊक आहेत मला सगळ्या कथा नि व्यथा! म्हणतात ते काही खोटं नाही- भोळा गं बाई भोळा, अन् सगळ्या पापांचा गोळा!''

रखमाबाईंचा स्वर हळूहळू उंचावू लागला.

ती बिचारी बाई हा तिरंगी सामना पाहून चकित होऊन गेली होती.

विठ्ठलराव बायकोचा गैरसमज दूर करण्याच्या उद्देशाने म्हणाले,

''अगं, पण...''

त्यांचे शब्द पुरे होण्याच्या आधीच खांद्यावर घोंगडे टाकलेला एक कुरवाडी तिथे आला. त्या बाईकडे रागाने पाहत तो म्हणाला,

''कुठं सापडली ही बया तुम्हाला?''

विठ्ठलरावांनी त्या मनुष्याकडे पाहिले. तिचा छळ करणारा हाच तो अधम पुरुष असला पाहिजे असे वाटून ते म्हणाले,

''अहो दादा, असे रागावू नका तिच्यावर! तिचा नवरा मेला, हा काही...''

''नवरा मेला?... नवरा मेला म्हणून सांगते काय अवदसा?... मी चांगला धडधाकट असताना...''

''म्हणजे? ही तुमची बायको की काय?''

''हो हो. ही माझी बायको आहे... आणि तिचं मी मनाला येईल ते करणार. आता नेतो घरी आणि दाखवतो इंगा!''

''हे पाहा दादा, असं वागणं बरोबर नाही. तुम्ही महार-चांभार असला तरी हरिजन आहात तुम्ही...''

''मला महार-चांभार म्हणणारा तू रे कोण? भंडाऱ्याला महार म्हणतोस?'' तो खलपुरुष तावातावाने म्हणाला.

विठ्ठलरावांना हे कोडे काही केल्या सुटेना! तथापि काहीतरी बोलायचे म्हणून ते म्हणाले,

''पण बायकामाणसाच्या अंगावर हात टाकणं चांगलं का?''

''हो हो. फार चांगलं! आफडीची असली, म्हणून काम करू नये की काय घरातलं? चल गं सटवे घरी!''

तो मनुष्य सहकुटुंब निघून गेल्यानंतर रखमाबाईंनी विठ्ठलरावांची चांगलीच

हजेरी घेतली. त्यांच्या भडिमारातून विठ्ठलरावांना दोन गोष्टींचे ज्ञान झाले. एक- आफडीची याचा अर्थ विटाळशी व दुसरी- कित्येक जातींत विटाळशीपणी सधवादेखील कुंकू लावत नाहीत. पण या ज्ञानाचे कोणत्याही करुणकथेशी दशांतले नाते लागणेसुद्धा शक्य नव्हते!

विठ्ठलरावांची करुणकथा षट्कर्णी झाली नाही ही गोष्ट खरी; पण काही काही गोष्टीच अशा असतात की, साऱ्या जगाला त्या कळल्या तरी बायकोला त्यांचा मागमूसदेखील न लागणे बरे असते. हीही गोष्ट अशाचपैकी होती.

विठ्ठलरावांचे टेकडीवरील फिरणे एकाएकी बंद झालेले पाहून त्यांच्या मेव्हण्यांनी विचारले,

"काय, कंटाळा आला वाटतं सृष्टिसौंदर्याचा? तसं म्हटलं तर आहे काय पाहण्यासारखं आमच्या या भिकार कोकणात?"

रखमाबाईंची मूर्ती समोर दिसत असल्यामुळे वेडसर हास्य करण्यापलीकडे विठ्ठलरावांच्या उत्तराची गती जाऊ शकली नाही.

ते काहीच बोलत नाहीत, असे पाहून मेव्हणे म्हणाले,

"काही होतंय की काय तुम्हाला? डॉक्टरच्या घरात राहून आजारी पडलात, तर हसतील सारे लोक!"

या किल्लीनेदेखील विठ्ठलरावांच्या तोंडाचे कुलूप उघडले नाही.

मेव्हण्यांना अधिकच संशय आला- जावईबुवा भिडस्त असतील कदाचित. त्यांनी थर्मामीटर खिशातून काढला आणि चांगला झाडून विठ्ठलरावांच्या हातात दिला.

मेव्हण्यांचे मन मोडू नये म्हणूनच की काय, विठ्ठलरावांनी तो खाकेत लावला. पण अंगातच ताप नाही, तर तो उष्णतामापक यंत्रात येणार कुठून? माणसाची फजिती मोजणारे एखादे यंत्र डॉक्टरांजवळ असते, तर मात्र त्याचा या वेळी चांगलाच उपयोग झाला असता.

मेव्हण्याशी बोलता बोलता विठ्ठलरावांना एका रोग्याची हकिकत कळली.

चांगला श्रीमंत मनुष्य! हजारांत उठून दिसेल अशी बायको! पण बायकोकडे तो ढुंकूनदेखील पाहत नसे. सध्या तो विषमाने आजारी होता. डॉक्टरांनी त्याची आशा सोडलीच होती.

विठ्ठलरावांनी ही सारी हकिकत मोठ्या उत्सुकतेने ऐकून विचारले,

"त्याने बाईबिई ठेवली होती की नाही एखादी?"

डॉक्टरांना या प्रश्नाचा रोख कळला नाही. ते उत्तरले,

"तीच तर गमतीची गोष्ट आहे मोठी! ती बाई सदा न् कदा त्यांच्या घरी काय

येते, डोळे काय पुसते, नवल आहे मोठं बोवा!''

विठ्ठलरावांच्या अंत:करणात एकदम एक आनंदाची लाट उसळली.

करुण कथेला किती योग्य विषय आहे हा! वेश्या! तिचे उत्कट प्रेम! प्रियकर विषमाने आजारी! मृच्छकटिकापेक्षाही अधिक उदात्त अशी नायिका आपल्याला रंगविता येईल.

दुपारी डॉक्टरांना गृहस्थाच्या घरचे बोलावणे आले. बोलवायला आलेल्या मनुष्याच्या चेहऱ्यावरून फारशी आशा दिसत नव्हती. डॉक्टर कपडे करून घरी जायला निघतात, तोच विठ्ठलराव म्हणाले,

''मी येतो तुमच्याबरोबर!''

बाहेर उभ्या असलेल्या मनुष्याला ऐकू न जाईल, अशा बेताने डॉक्टरांनी उत्तर दिले,

''कशाला येता असल्या भलत्या वेळी? त्यापेक्षा रात्री देवळातल्या नाटकाला चला.''

पण विठ्ठलराव काही केल्या आपला हट्ट सोडीनात. डॉक्टरांबरोबर ते रोग्याच्या घरी गेले.

खोलीच्या दाराशीच एक बाई उभी होती. तिच्या नक्ष्यापक्ष्यावरून डॉक्टरांनी सांगितलेली बाई हीच असावी, असे विठ्ठलरावांना वाटले.

डॉक्टर खोलीत जाऊन थोड्याच वेळात बाहेर आले. त्यांच्या तोंडून निराशेचे उद्गार ऐकताच त्या बाईने मोठ्ठा गळा काढून रडायला सुरुवात केली. ती खोलीत जाण्याकरता एकसारखी धडपडत होती; पण आतील माणसे तिला आत येऊ देत नव्हती, असे दिसले. रडता रडता ती खाली बसली. खोलीच्या उंबरठ्यावर तिने एक-दोन वेळा आपले डोकेही आपटले व शेवटी ते मोठमोठ्याने बडवून घ्यायला सुरुवात केली.

''एकदा डोळे भरून पाहू दे तरी हो त्यांना. आज पाच वर्षांत एक दिवससुद्धा मला सोडून कधी दूर गेले नाहीत... आता कुठे हो चाललात मला सोडून? नका सोडू मेल्यांनो मला आत! त्यांच्या नावाचं हे कुंकू तरी कशाला हवं आता कपाळावर?'' त्या बाईने खसकन आपल्या पातळाचा पदर ओढला आणि त्याने कपाळाचे कुंकू पुसून टाकले.

डॉक्टरांबरोबर घरी परत येताना विठ्ठलराव याच प्रसंगाचा विचार करीत होते.

बिचारी लग्नाची बायको नाही, म्हणून तिला शेवटची दृष्टभेटसुद्धा घेऊ देऊ नये की काय? शूद्रकाने वेश्येला स्मशानातल्या घागरीची उपमा दिली आहे. छे! अगदीच अरसिक तो! पवित्र गंगोदक घातलेला सुवर्णकलश आणि आता आपण

पाहिलेली वेश्या यांच्यात काय अंतर आहे? एखाद्या पतिव्रतेप्रमाणे वर्तन आहे तिचे! बिचारीने कपाळाचे कुंकूदेखील पुसले- सतीची चाल असती, तर स्वतःला जाळून घ्यायलादेखील तिने कमी केले नसते!

करुणकथेला योग्य विषय मिळाला, याविषयी विठ्ठलरावांना मुळीच शंका उरली नाही. या बाईचा पूर्वेतिहास कळला, तर अशी छान गोष्ट रंगविता येईल- पण तो कळायचा कसा?- मेव्हण्यांना विचारावे, तर आपली जिज्ञासा त्यांना विक्षिप्तपणाची वाटायची! शेवटी विठ्ठलरावांनी या संशोधनाला योग्य कुळ शोधून काढले. घरच्या गड्याशी गोष्टी करता करता त्या बाईची हकिकत त्याच्याकडून त्यांनी काढून घेतली. देवळाजवळच तिचे घर आहे हे ऐकून तर त्यांना अत्यानंद झाला. या आनंदाच्या भरात तो गडी डोळे मिचकावून मिस्कीलपणाने आपल्याकडे पाहत आहे, हे त्यांच्या लक्षातसुद्धा आले नाही.

रात्री नाटकाला जाण्याचा विठ्ठलरावांचा बेत डॉक्टरांनी परोपरीने मोडून काढला.
"बालगंधर्वांची नाटके पाहणारे तुम्ही! या दशावतारी धांगडधिंग्यात काय मौज वाटणार तुम्हाला!"

या त्यांच्या आक्षेपाला "दररोज पोळी खाणाऱ्याला एखाद्या दिवशी नाचण्याची भाकरी खावीशी वाटतेच की नाही?" असे उत्तर देऊन विठ्ठलराव मोकळे झाले.

रखमाबाईंनाही लग्न झाल्यापासून आपल्या मातृभूमीतील शंखासुराचे दर्शन झाले नव्हते. शेवटी भवति न भवति होऊन विठ्ठलराव, रखमाबाई व गडी एवढी मंडळी देवळाकडे जाण्याला निघाली.

देवळाच्या जवळ येताच एका घराकडे बोट दाखवून गडी हळूच म्हणाला, "हेच ते घर!"

मागे असलेल्या रखमाबाईंना त्याचे शब्द ऐकू गेले नाहीत; पण त्याने दाखविलेले बोट व त्यामुळे वळलेली विठ्ठलरावांची दृष्टी ही मात्र त्यांना दिसली. गडी एका भाविणीच्या घराकडे बोट दाखवितो काय आणि आपला नवरा निलाजरेपणाने बघतो काय! त्यांना असा राग आला, की...

नाटक सुरू झाल्यानंतर विठ्ठलरावांनी तिथून हळूच काढता पाय घेतला. तासाभरात आपण आपल्या करुणकथेचे साहित्य गोळा करून पुन्हा देवळात हजर होऊ, आपण कुठे गेलो होतो की नाही, याचा बायकोला पत्तासुद्धा लागणार नाही, अशी त्यांची कल्पना होती. बाहेर उभ्याउभ्याने नाटक बघत असलेल्या गड्याला ते म्हणाले,
"येतोच हं मी लवकर."

त्यांची पाठ वळलेली पाहताच गड्याने टीकाकाराच्या रुबाबाने मान डोलावली. 'काय हे पांढरपेशे लोक अन् काय ही त्यांची चालचलणूक!' असाच त्याच्या त्या मान डोलविण्याचा अर्थ होता.

विठ्ठलराव इकडेतिकडे पाहतच त्या भाविणीच्या अंगणाच्या पायऱ्या चढले. अशा अपरात्री आपल्याइतक्या उदात्त हेतूने या पायऱ्यांवर कोणाही पुरुषाने कधी पाऊल टाकले नसेल, असा अहंकाराचा विचार त्यांच्या मनात या वेळी चमकून गेला!

वेश्या! वेश्या म्हटले की, किळसवाणा शृंगार डोळ्यांपुढे उभा राहतो; पण आता आपणाला उदात्त करुणरसाचेच दर्शन होणार! नाटकाला सारी माणसे गेली असल्यामुळे आजूबाजूच्या घरांत सर्वत्र सामसूम दिसत होती.

विठ्ठलरावांना वाटले,

'अरेरे! सारी माणसे तिकडे देवळात आनंदात निमग्न झाली आहेत आणि इकडे ही दुर्दैवी स्त्री दु:खात बुडून गेली आहे! केवढे हे उज्ज्वल प्रेम!'

घराचे दार बंद असल्यामुळे विठ्ठलराव सोप्याच्या पायऱ्या चढून हळूच कानोसा घेऊ लागले. हुंदका, विलाप, 'देवा, असा कसा रे निष्ठुर झालास तू!' अशा अर्थाचे काही ना काही उद्गार आपल्याला खास ऐकू येणार, अशा आशेने त्यांनी कान टवकारले; पण त्यांची निराशाच झाली! थोड्या वेळाने कुजबुज ऐकल्याचा त्यांना भास झाला.

ही बाई घरात कुणाशी बोलत असावी? ती एकटी राहते असे गड्याने आपल्याला सांगितले होते. कुणी पुरुषबिरुष... छे छे! किती घाणेरडी शंका घेतली आपल्या मनाने! आज दुपारी मानलेल्या पतीसाठी जिने आपल्या कपाळाचे कुंकू पुसून टाकले, ती एखाद्या परपुरुषाबरोबर या वेळी गुलुगुलु गोष्टी करीत बसेल, हे अगदी अशक्य! पण कुजबुज तर ऐकू येते. खास, तिला वेडच लागले असावे! स्वत:शीच बडबडत असेल ती वेडाच्या भरात! अरेरे!

विठ्ठलरावांच्या कारुण्यसमुद्राला प्रलयकालाची भरती आली आणि त्यांचे भान क्षणभर नाहीसे झाले. आतले शब्द स्पष्ट ऐकू येऊ लागल्यामुळेच की काय, ते लवकर शुद्धीवर आले. नाहीतर...

"सारंच मुसळ केरात. त्या डायरीत टिपून ठेवलं असेल ना त्यानं सारं..."

"पण मी तरी काय करू? कालपासून खोलीत जायला धडपडत होते मी; पण तो मेला मेव्हणा आला होता ना त्याचा?"

"मरो तो मेहुणा! तुझ्या माझ्या गळ्याला फास लागायची पाळी आली की! त्या दिवशी तुझ्या घरी तो आला... इथंच त्याला ताप भरला. त्या नोटा इथंच गेल्या असंच जो तो म्हणणार. त्यातून डायरीत जर का त्यानं नंबर टिपलेले असले तर?

परवा दिवशी डायरी देतो म्हणून त्यानं तुला सांगितलं होतं ना?''

''हो. म्हणूनच मी धडपडले कालपासून. आज दुपारी तर असं नाटक केलं, की, देवळातलं आत्ताचं नाटक फिक्कं पडेल त्याच्यापुढं.''

विठ्ठलराव या संवादाचा अर्थ लावण्यात इतके तल्लीन झाले की, दार उघडून आतली माणसे बाहेर आली तेव्हा कुठे त्यांना आपल्या विचित्र परिस्थितीची कल्पना आली. ते चटकन अंग चोरून बाजूस कोपऱ्यात उभे राहिले. पळून जाण्याचा प्रयत्न करावा, तर चोरीचा आरोप अंगावर यायचा! 'जे जे होईल ते ते पाहावे' या संतवचनाखेरीज त्यांना या वेळी दुसऱ्या कशाचाच आश्रय मिळणे शक्य नव्हते. ती बाई आणि तिच्याशी बोलणारा तो पुरुष, दोघांचीही पाठ त्यांच्याकडे होती.

त्या बाईच्या हातातील दिव्याच्या प्रकाशात विठ्ठलरावांना तिच्या पातळाची चमकणारी किनार दिसली. करुणकथेच्या स्वप्नातून ते हळूहळू जागे होऊ लागले. ती बाई त्या पुरुषाला लाडक्या स्वराने म्हणाली,

''मला भय वाटतंय गडे. इथंच राहा ना आज. आता काही तुम्हाला भ्यायला नको कुणाला!''

''जिवंतपणी भ्यालो नाही त्याला! मग मेल्यावर कसली आलीय भीती? मला भीती वाटते आहे एका गोष्टीची. त्याची ती डायरी जर...''

''हळू बोला ना, कुणी ऐकलं तर? भिंतीलासुद्धा कान असतात.'' असे हलक्या आवाजाने उद्‌गार काढून त्या बाईने पाठ फिरवून सगळीकडे पाहिले, तो-

तो काय?

याच वेळी धरणीकंप का झाला नाही, असे विठ्ठलरावांना होऊन गेले. ते शक्य तितके अंग चोरून उभे राहिले होते, पण अंग ही काही अशी वस्तू नाही की, ती सारीच्या सारी चोरता येईल.

विठ्ठलरावांना पाहताच ती बाई थरथर कापू लागली.

तो पुरुष गुरगुरतच पुढे आला आणि हातातली छडी वर करून त्याने दरडावून विचारले,

''कोण रे तू?''

वाग्देवता प्रसन्न करण्याकरिता विठ्ठलरावांनी आजचे हे दिव्य केले होते. पण ऐन संकटाच्या वेळी ती त्यांना अजिबात सोडून गेली. त्यांच्या तोंडातून शब्दच उमटेना! त्या मनुष्याने त्यांना कोपऱ्यातून खसकन पुढे ओढले आणि तो निरखून त्यांच्या चेहऱ्याकडे पाहू लागला.

''म-म-म-मी-मी-मी'' एवढीच विठ्ठलरावांना वाचा फुटली.

''तुला कुणी पाठविले ते ठाऊक आहे मला...'' तो मनुष्य विठ्ठलरावांच्या अंगावर खेकसून म्हणाला.

''नाही. कुणी पाठविले नाही. मी- मीच आलो. ह्या- ह्या- ह्यांच्याकडे आलो
होतो...' विठ्ठलराव होती नव्हती तेवढी शक्ती एकवटून बोलले.

त्यांच्या या शब्दाचे त्या बाईकडून स्वागत होण्यापूर्वीच खळ्यातून रखमाबाईंची
मेघगर्जना ऐकू आली-

''दिवे ओवाळा तोंडावरून!... म्हणे, ह्यांच्याकडे आलो होतो! कोकणात
यायची अवदसा एवढ्याकरिताच आठवली वाटतं?''

विठ्ठलराव मटकन खालीच बसले. आपली पत्नी देवळातले नाटक सोडून
इकडे अचूक कशी उत्पन्न झाली, हे त्यांच्या मुळीच लक्षात येईना.

नाटकाला गेलेली मंडळी लवकर परत आलेली पाहून डॉक्टरांनी विचारले,
''का ताई, कसं काय झालं नाटक?''

''जन्माचंच नाटक झालंय मेलं!'' रखमाबाईंनी रडक्या आवाजात उत्तर दिले.

दुसऱ्या दिवसापासून विठ्ठलरावांनी सोन्याच्या फुलांच्या गोष्टी करण्याला सुरुवात
केली.

१९३२
∎

मुकटा आणि फॅन्सी पातळ

'यशवंतां'च्या काव्यगायनाला विद्यार्थ्यांची चिकार गर्दी व्हावी यात नवल नव्हते. पण माझ्या शेजारच्याच खुर्चीवर रावसाहेब काजरेकर, रिटायर्ड पोलीस इन्स्पेक्टर येऊन बसले, तेव्हा मात्र मी चकित झालो. कैऱ्या झाल्या की, मुले आंब्याच्या झाडाखालीच सापडायची! पण हातात दगड घेऊन ते आंब्याच्या झाडावर मारीत बसणारा म्हातारा कधी कुणी पाहिला आहे का?

बरे, तो म्हातारा तरी काय वाङ्मयातला कोहळा अगर आवळा होता? आपला तुपात तळला अन् साखरेत घोळला की, गोड आणि पौष्टिक होईल! पोलीस खात्यातले कडू कारले ते! माझ्या आईचे दूरचे मामा लागत होते हे रावसाहेब. त्यामुळे अगदी खडा न् खडा माहिती होती त्यांची मला! मूळची गरिबी फार. पण खडक फोडून पाण्याच्या प्रवाहाने बाहेर पडावे, त्याप्रमाणे स्वत:च्या पराक्रमाने हा गृहस्थ अंमलदारीपर्यंत पोहोचला. अशा प्रवाहाला खळखळ आणि वेग फार असायचा, हा निसर्गाचा नियमच आहे!

म्हणून तर हे दूरचे आजोबा आणि दूरचा डोंगर यात मला जमीन-अस्मानाचा फरक वाटे. पेन्शन घेऊन ते इथेच स्थायिक झालेले! विमा एजंटाच्या कामात बस्तान नीट बसल्यामुळे माझीही सुखवस्तू माणसांत गणना होऊ लागलेली! अशा स्थितीत खरे म्हटले तर त्यांचा माझा घरोबा वाढायचा! तो वाढला नाही हेसुद्धा एका अर्थी बरोबरच होते म्हणा! लहानपणीच आईवेगळा झालो मी! त्यांच्या आमच्यामधला दुवाच तुटला असा! मध्ये पूल नसला की, लहानशा नदीमुळेच दोन गावे दुरावतात. तशातलाच प्रकार झाला होता आमचा!

एवंगुणविशिष्ट आजोबा काव्यगायनाला आलेले पाहून मराठी वाङ्मयाचा भाग्योदय जवळ आल्याची मला खात्री झाली.

"सहज आला वाटतं?" मी पृच्छा केली.

"छे, मुद्दाम! फार स्तुती ऐकली या कवितांची... असतील चांगल्या म्हणा... पण आमच्या मोगऱ्यांची सर काही यायची नाही या अलीकडच्या कवींना! पाहा ही ओळ... 'त्यांना हेच पुसा की मरणोन्मुख होय आपुली माय...' "

यशवंतांच्या ऐवजी माझ्या आजोबांचे काव्यगायन सुरू होते की काय, अशी मला भीती वाटली. कार्यक्रमाला आरंभ झाला म्हणून बरे! नाहीतर...

'यशवंतां'ची रुबाबदार मूर्ती टेबलापाशी उभी राहिली. टाळ्यांचा कडकडाट झाला. लगेच वातावरण शांत झाले. गंभीर स्वरात त्यांनी 'शारदावंदन' करून विविध कविता म्हणायला सुरुवात केली. त्यांचे ते पहाडी, पण सकंप सूर माझ्या कानांत घुसू लागले... धावत पावसात जाऊन गारा वेचण्यात जी गंमत असते, ती त्यांच्या कल्पनांचा आस्वाद घेताना माझ्या प्रत्ययाला येऊ लागली.

मी मधूनच आजोबांकडे पाहिले. ते खुशाल पेंगत होते. माझ्या अगदी जिभेवर आले,

'त्यांना हेच पुसा, की...'

इतक्यात 'प्रतीक्षा' हे मधुर गृहगीत सुरू झाले.

'दार वाजले, उठुनि धावले
पाहिले, परंतु नाही कोणी पातले!'

या ओळींबरोबर दहा वर्षांपूर्वीचे खेड्यातले माझे जीवन माझ्या डोळ्यांपुढे उभे राहिले. मॅट्रिकच्या दरवाजावर दोन-तीन वेळा डोके आपटल्यामुळे आलेली टेंगळे... वडिलांच्या वेळेपासून सारे गाव जवळजवळ विरुद्ध झालेले... विम्याच्या कामाकरिता इंदिरेला त्या खेड्यातल्या घरात एकटी ठेवून करावी लागलेली भ्रमंती... कुशल चित्रकाराच्या कलमाच्या एक-एक फटकाऱ्याबरोबर चित्र जसे सजीव होऊ लागते, त्याप्रमाणे या गीताच्या प्रत्येक ओळीबरोबर इंदिरेची मूर्ती पूर्ण होत होत माझ्या मनश्चक्षूंपुढे उभी राहिली. दररोज संध्याकाळी मी परत येईन, या आशेने अंधार पडला तरी दारात उभी राहणारी, चाहूल ऐकली की आनंदित आणि ती दूर गेली की, उदास होणारी सोळा-सतरा वर्षांची इंदिरा...

पण आमच्या आजोबांना कुठं या नातसुनेचा पत्ता होता? त्यांचे डोळे उघडे असलेले पाहून मी हळूच म्हटले,

"छान आहे नाही कविता?"

बसलेल्या गालांमुळे अधिकच उठून दिसणारे नाक आजोबांनी मुरडले. खिशातली चंची काढून त्यांनी खुशाल पान खायला सुरुवात केली!

माझ्या मनात आले, म्हातारपण म्हणजे आयुष्यातील सहाराच!

एक-दोन कविता झाल्या आणि शेवटची कविता म्हणून यशवंत 'आई' गाऊ लागले.

मला आईची आठवण बेताबाताचीच होती. शाळेतून येताच पाटीदप्तर टाकून 'आई, खाऊ' म्हणून हुकूम देण्याचा गोड अनुभव मी कधीच घेतला नव्हता. कवितेतले कारुण्य माझ्या कल्पनेला कळत होते. पण 'प्रतीक्षे'इतका मी काही या गीताशी समरस होऊ शकलो नाही.

'ये रागवावयाही । परी येइ येइ वेगे...'

हा चरण म्हणून टाळ्यांच्या कडकडाटात 'यशवंत' खाली बसले.

उठण्याकरिता म्हणून मी आजोबांकडे पाहिले. ते उपरण्याने डोळे पुशीत होते.

वृद्धांच्या अश्रूंत एक प्रकारचे पावित्र्य असते, यात शंका नाही. राजापूरची गंगाच म्हणायची ती! सुखासुखी काही प्रकट व्हायची नाही! पण या पावित्र्यापेक्षाही दुसऱ्याच गोष्टीचे मला आश्चर्य वाटत होते. सबंध जन्म पोलीस खात्यात घालविलेला हा मनुष्य! मधुर शब्द आणि कोमल कल्पना यांनी यांच्या अंत:करणाचा दगड द्रवेल, असे भविष्य करणारा महामूर्ख ठरला असता! स्मशानातला कारटा नखरेबाज तरुणतरुणींची वर्णने वाचून आनंदित होईल की, उपहासाने हसेल?

पण धरणीकंपापुढे दगडी इमारतीचासुद्धा टिकाव लागत नाही. प्रत्येकाच्या आयुष्यातही असे काही अनुभव असतात की, त्यांच्यापुढे कठोरपणा, संशय- काही म्हटल्या काही टिकत नाही! आजोबांचे तसेच झाले असावे!

बाहेर पडताच ते मला म्हणाले,

"झोप आलीय का तुला?"

"छे!"

"चल तर, बागेत बसू या घटकाभर! चांदणंही झकास पडलंय."

झकास शब्द कदाचित कवितेत बरा दिसणार नाही. पण आजोबांच्या रक्तात औषधापुरते का होईना, काव्य आहे अशी माझी खात्री झाली.

मऊ वाळूत आम्ही बसलो.

रातराणीचा मंद सुगंध दुरून येत होता. जणूकाही आयुष्यातल्या गोड अनुभवांची स्मृतीच होती ती! वर चंद्रकोर कान देऊन आम्ही काय बोलत आहो, हे ऐकत होती.

आजोबा म्हणाले,

"मघाशी हसला असशील तू मला!"

नकळत्यावर घालून मी म्हणालो,

"छे."

"ती शेवटची कविता ऐकून माझ्या डोळ्यांत पाणी उभं राहिलं. तुला वाटलं

असेल, म्हाताऱ्याच्या डोळ्यांत कूस गेलं, की... पण खरं सांगू, रडं आवरेना मला अगदी!''

''यशवंतांच्या कविता आहेतच तशा सरस!''

''बाकीच्या काही नाहीत तितक्या! ती शेवटची... ती ऐकता ऐकता साठ वर्षांपूर्वीचे दिवस डोळ्यांपुढे उभे राहिले माझ्या! जगात खरं छत्र एक! आई माऊली!''

मी निर्विकार मुद्रेने पाहत होतो. ते म्हणाले,

''तुला नाही कल्पना यायची त्याची! माधुकरी मागून अभ्यास करीत होतो मी! प्रकृती होती चांगली धडधाकट! पण पैशाच्या नावानं... हं! लक्ष्मी कधीच फरारी झाली होती आमच्या घरातनं!''

''आईनं मोलमजुरी करून केलं असेल तुमचं शिक्षण?''

''मोलमजुरीच काय, स्वयंपाकसुद्धा करत असे ती! थोरामोठ्यांच्या घरी नित्य जावं लागे तिला. स्वयंपाक म्हटला की, एक गोष्ट अगदी पाहिजेच!''

''सशक्त प्रकृती!''

''प्रकृती कसली घेऊन बसलाहेस! सध्या रोगानं माणसं मरतात. त्यावेळी गिऱ्हाईक नाही, म्हणून वैद्य उपाशी मरत!'' आपल्या या विनोदाला त्यांनी एकमजली हसण्याचा पाठिंबाही दिला.

''स्वयंपाकाला अगदी जरूर लागणारी गोष्ट...'' जी.आय.पी.ची गाडी बी.बी.सी.आय.च्या रुळांवर जाऊ नये म्हणून मी मधेच म्हटले.

''हो. ओळख पाहू कोणती ती?''

मी शरणचिठ्ठी दिली.

''अरे, मुकटा! आईच्या मुकट्याच्या फाटून अगदी चिंध्या झाल्या होत्या. पै-पैसा साठवून तिने चार-पाच रुपये तयार केले. फाटक्या मुकट्याने दुसऱ्याच्या दारात जाऊन उभे राहणे जिवावर येई तिच्या. मी मधल्या वेळी बाजारातले चार-पाच मुकटे आणून दाखविले तिला. एक पसंतसुद्धा केला तिनं. संध्याकाळी पैसे देऊन तो घेऊन जाईन म्हणून दुकानदाराला सांगून मी शाळेत गेलो. परत येतो, तो...''

मला वाटले पैसे, चोरीला गेले असावेत!

''परत येऊन पाहतो, तो दुकानाच्या मळकट रुमालात गुंडाळलेले काहीतरी ओट्यावर आहे. वाटलं, परस्पर कुणाकडून तरी आणून घेतला असावा तिने मुकटा! मनात म्हटलं, आयता हेलपाटा वाचला! एरवी ते गाठोडं मी सोडून पाहिले असते, निदान आईला विचारले असते. पण त्यावेळी माझे मनच जाग्यावर नव्हते. दुसरे दिवशी सकाळी बक्षीस-समारंभ होता आमच्या शाळेत. कुठला तरी साहेब

येणार होता त्याच्यासाठी. मला बक्षीस होते. पण लगोऱ्या झालेले धोतर नेसून जायचं अगदी जिवावर आलं होतं माझ्या! मनात ठरविलं, आईला काही सांगायचं नाही हे. वाईट वाटेल तिला उगीच! शाळेत जायला म्हणून सकाळी घरातून बाहेर पडायचं आणि शाळेला बुट्टी द्यायची."

"सकाळी तोंड धुऊन मी ओटीवर येतो, तो निऱ्या केलेलं धुवट नवं धोतर माझ्या पिशवीवर! देवाची करुणा भाकली की, तो पावतो म्हणतात. पण आई ही अशी देवता आहे की, तिच्यापाशी काही मागावंदेखील लागत नाही. आपणहून ती..."

"मुकट्याबरोबरच धोतरजोडी आणली होती वाटतं तिनं?"

"छट्! पैचीही उधारी करायची नाही, हा तर तिचा निर्धार! मी शाळेत गेल्यावर दुसऱ्या दिवशीच्या बक्षीस-समारंभाची हकिकत कुणीतरी सांगितली असावी तिला! फाटक्या धोतरानं मुलानं समारंभाला जाण्यापेक्षा आपण फाटक्या मुकट्यानं आणखी चार महिने स्वयंपाक करणं बरं, असं तिच्या मनानं घेतलं... आईचं हृदय..."

"माया वेडी असते हेच खरे!"

"पण जगातल्या शहाण्या-शहाण्यांना साधणार नाही, ते या वेडीला साधतं."

मी कुतूहलाने त्यांच्याकडे पाहिले.

"त्या दिवशी बक्षीस-समारंभाला मी गेलो नसतो, तर बसलो असतो जन्मभर खर्डे घाशीत! साहेबानं माझी दणकट प्रकृती पाहिली. खूश झाली स्वारी! पोलिसात येतोस का म्हणून विचारलंन्. अस्मादिकांनी उत्तर दिले, 'अच्छा!' हा आपला आजचा शब्द हं! त्यावेळी 'होय साहेब'च म्हटलं मी..."

आजोबा 'आई' कविता ऐकताच सद्गदित का झाले, हे आता माझ्या लक्षात आले! पण जुनी माणसे गोष्ट सांगून स्वस्थ थोडीच बसतात! लगेच तिचे तात्पर्य-

जेठा मारीत आजोबा म्हणाले,

"मी काही कवीबिवी नाही उपमा द्यायला न् प्रास जुळवायला. पण आई म्हणजे मुकटा! रेशमी, उबदार, सोवळ्यात चालणारं अत्यंत पवित्र वस्त्र! तरुणांना पटायचं नाही हे! ते म्हणतील, मुकट्यापेक्षा फॅन्सी पातळ चांगलं!"

'फॅन्सी पातळ' या शब्दप्रयोगावर त्यांनी लगेच टीप दिली. "फॅन्सी पातळ म्हणजे फॅशनेबल बायको, बरं का!"

आजोबांना चार सोडा, पण एक गोष्ट तरी ऐकवावी अशी उत्कट इच्छा माझ्या मनात उत्पन्न झाली. 'दार वाजले' हे गीत ऐकताना दिसू लागलेली इंदिरेची मूर्ती... चांदणे, वारा, बाग... एखाद्या सुंदर गोष्टीला अनुकूल असे सारे वातावरण होते.

मी म्हटले,

"माझी गोष्ट काही साठ वर्षांपूर्वीची नाही हं!"

''वर्षांवर काय आहे?'' आजोबा हसतमुखाने उद्गारले.

''दहा वर्षं होतील या दिवाळीला. खेड्यात राहत होतो तेव्हा आम्ही! गावकीमुळे वडिलांच्या वेळेपासून उभं गाव विरुद्ध झालं होतं आमच्या! घरात माणसं इनमीन दोन! मी आणि...''

''नवरा राजा अन् नवरी राणी!''

''पण राजा विमा कंपनीचा एजंट होऊन फिरत होता आणि राणीला मनासारखं फॅन्सी पातळ काही नेसायला मिळत नव्हतं. त्या दिवाळीच्या आधी चार-पाच दिवस मी घरी यायला निघालो. रिक्त हस्तानं येणं जिवावर आलं अगदी! खिशात होते नव्हते ते पैसे खर्च करून बायकोला आवडणाऱ्या रंगाचं एक फॅन्सी पातळ विकत घेतलं. पातळाला शोभेल, असा जरीचा खण घेणार होतो; पण खिशात खडखडाट झाला होता अगदी! एकाच गावात विम्याचं वीस-पंचवीस हजारांचं कच्चं काम केलं होतं मी! दिवाळीनंतर गावातल्या वसुलाचे चार पैसे हातात येतील, ते घेऊन परत जाईन आणि हे कच्चं काम पक्कं करीन असा मनातला बेत!''

''ते पातळ पसंत पडलं नाही वाटतं घरात?''

''पसंत? अगदी सोळा आणे पसंत पडलं. दिवाळी दिवशी घडी मोडायची, म्हणून नुसतं डोळ्यांनीच पाहिलंन् तिनं. पण त्या पाहण्यात केवढा आनंद होता! पहिल्या मुलाच्या वेळी आई मुलाकडे पाहते ना? अगदी तस्सं! जणूकाही ते पातळ आपलं आहे हे तिला खरंच वाटत नव्हतं!''

आजोबा हसले.

''संध्याकाळी मी गावच्या देवळात गेलो. गावात असलो, म्हणजे देवाला नमस्कार करून यायचं, अशी पद्धत होती माझी. तिथं एक भयंकरच गोष्ट आली कानांवर!''

''भयंकर? गावातल्या लोकांनी काही कटबीट...''

''छे छे! विरुद्ध पक्षानं दुसऱ्या विमा कंपनीची एजन्सी मिळविली होती! मी जे कच्चं काम करून आलो होतो, ते ढासळून टाकण्याचा बेत होता त्यांचा. वशिल्याचा जोरही चांगला होता त्यांच्या बाजूला. उद्या सकाळी उठून गेलो, तर ठीक आहे; नाहीतर केलेलं काम फुकट जातं, असं दिसायला लागलं. पण परत जायला पैसे कुठून आणायचे? वसूल काही दिवाळीवाचून मिळणं शक्य नव्हतं, अन् होते नव्हते ते पैसे पातळात खर्च करून बसलो होतो मी!''

''एखादा दागिना गहाण ठेवून...''

''लंकेची पार्वती होती माझी बायको तेव्हा! अन् वैऱ्यांकडे तोंड वेंगाडायला जायचं म्हणजे... घरी परत येऊन उदास बसलो. जेवणावर माझं लक्ष नाही हे बायकोनं तेव्हाच ताडलं. हळूहळू पोटात शिरून काढून घेतलं तिनं सारं. मला धीर देऊन ती म्हणाली, 'अगदी सकाळी निघावं आपण. मी देते आपल्याला पैसे!''

“भाऊबिजेची ओवाळणी शिल्लक असावी तिच्यापाशी!” आजोबा हसत उद्गारले.

“असंच काहीतरी म्हणाली ती.”

“मी सकाळी उठलो. हातावर दह्याबरोबर तिनं पैसेही ठेवले. मोजून पाहिले... पातळाच्या किमतीपेक्षा एक रुपया अधिकच होता!”

“दिवाळीला आपण घरी नाही, म्हणून मला वाईट वाटलं. पण तिनं माझं सांत्वन केलं. तिचे ते शब्द अजून आठवतात मला... दिवाळी काय, मेली दरवर्षी येईल. पण नशीब एकदाच उगवतं!”

“विरुद्ध पक्षाचा डाव काही साधला नाही तर मग!”

“मी अगदी वेळेवर पोहोचलो. मग थोडीच डाळ शिजते त्यांची! काम फत्ते करून पंधरा दिवसांनी परतलो मी! दोन पैसे खिशात खुळखुळत होते. म्हटलं, त्या पातळाच्या रंगाला शोभेल असा जरीचा खण न्यावा तिच्यासाठी! लोकांची दिवाळी होऊन गेली असेल. पण माझी दिवाळी मी इंदिरेला पाहीन...”

मी मधेच जीभ चावलेली पाहून आजोबा हसत उद्गारले,

“अरे, लाजतोस काय असा नाव घ्यायला? चांगलं देवीचं नाव आहे.”

“माझी दिवाळी घरी गेल्यावर, असा जप करीत घरी गेलो. तिच्या हातात तो खण देऊन म्हटलं, आपली दिवाळी उद्या! याची चोळी शीव अन् ते पातळ नेसून आणि ही चोळी घालून मला ओवाळ.”

“ती हसली.”

“हसायचीच की!”

“आणि रडलीही!”

आजोबा आश्चर्यानं डोळे विस्फारून माझ्याकडे पाहत होते.

“पहिल्यांदा वाटलं, आनंदानं डोळ्यांत पाणी उभं राहिलं असेल तिच्या! तीन वर्षांनी बरे दिवस दिसत होते आम्हाला! पण किती वेळ झाला, तरी तिच्या मुद्रेवरला उदासपणा जाईना! शेवटी सांगितलंन् सारं! बलिप्रतिपदेदिवशी पहाटे पणत्या लावायला उठली होती ती. मी घरी असतो, तर आज ओवाळायला मिळालं असतं, असे काहीतरी विचार चालले होते तिच्या मनात. मुहूर्तानं घडी मोडावी, म्हणून मुद्दाम ते पातळ काढून नेसलीदेखील! पण पणत्या इकडेतिकडे करताना चटकन पदर पेटला आणि...”

“अंगबिंग भाजलं की काय? त्यातून घरात एकटी!”

“अवधान राखलं म्हणून अंग नाही भाजलं! पण पातळ जळलं म्हणे थोडंसं! जळकं वस्त्र अशुभ मानतात! बायकी समजूत आपली. तेव्हा देऊन टाकलं ते कुणा भिकाऱ्याला!”

"मी मघाशी म्हटलं तेच खरं! अरे, ही फॅन्सी पातळं मुलखाची रडवी! मुकटा तो मुकटा आणि पातळ ते पातळ!"

माझी हकिकत संपली असे वाटून आजोबांनी अभिप्राय दिला.

मी म्हणालो,

"खरी गंमत पुढंच आहे सारी! दुसऱ्या दिवशी देवळात गेलो नित्याप्रमाणं! काही बायकाही आल्या होत्या देवाला! एरवी नसतं माझं लक्ष गेलं. पण ते तिच्या आवडत्या रंगाचं फॅन्सी पातळ... अगदी हुबेहूब मी आणलेल्या पातळासारखं..."

"माणसासारखी माणसं दिसतात. मग पातळाचं काय?"

"त्या गावंढ्या गावात कोण आणायला बसला होता तसलं पातळ? अन् त्यातून त्याच रंगाचं? माझ्या मनात एक विलक्षण कल्पना आली. घरी येऊन विचारलं तिला! माया वेडी असते आणि शहाण्याशहाण्यांना साधणार नाही ते तिला साधतं, असं मघाशी तुम्ही म्हटलं ना! तेच खरं! पातळ जळल्याची गोष्ट बनावट होती सारी! मला पैसे देण्यासाठी त्याच रात्री तिनं ते विकत दिलं होतं एका बाईला! मला संशय येऊ नये, म्हणून ओवाळणीचा जवळ असलेला एक रुपया त्या पैशात घालण्याची कारवाईही केली तिनं!"

आजोबांच्या सुरकुतलेल्या ओठांवर हास्य चमकले.

'आई' कविता ऐकताना डोळ्यांत उभ्या राहिलेल्या त्यांच्या अश्रूंप्रमाणे या हास्यातही पावित्र्य होते!

१९३४
∎